VĂN NHÂN VIỆT MONTREAL
文人越

VĂN NHÂN VIỆT MONTREAL Biên
khảo: Lạp Chúc Nguyễn Huy

Bìa: Uyên Nguyên Trần Triết
Dàn trang: Hoàng Nguyễn
Nhân Ảnh xuất bản 2025
ISBN: 9798349226564

LẠP CHÚC NGUYỄN HUY
Với sự cộng tác của
Hội Giáo Chức Quebec

VĂN NHÂN VIỆT MONTREAL

文人越

Nhân Ảnh 2025

MỤC LỤC

LỜI CÁM ƠN

Tác giả xin chân thành cám ơn :

Tất cả văn nhân Việt Montreal đã tặng sáng tác văn, thơ, biên khảo, báo chí để làm viên gạch xây dựng tượng đài.

Nhóm Thân Hữu Văn Hóa, những bạn đồng nghiệp trong Hội Giáo Chức Quebec và đặc biệt anh Nguyễn Viết Hùng đã cùng nhau chung sức xây dựng tượng đài văn hóa Montreal và viết cuốn sách làm quà kỷ niệm cho văn nhân.

LỜI GIỚI THIỆU

A.D.A.E.V.A.Q.

Học giả Phạm Quỳnh từng nói: *"Truyện Kiều còn, tiếng ta còn, tiếng ta còn, nước ta còn"* để cho thấy cái quan trọng của việc giữ tiếng Việt. Dù đang ở ngoài nước Việt Nam, người Việt ở mọi nơi dù xa xứ vẫn không bao giờ quên điều đó. Họ đã không ngừng tiếp tục những hoạt động về văn học nghệ thuật , tiếp phần mang lại giá trị nhân văn cho lịch sử văn học Việt Nam nơi xứ người. Hôm nay chúng ta đang nhìn thấy một minh chứng cụ thể: Cuốn sách ***"Văn Nhân Việt Montreal"***.

Văn hoá và giáo dục lúc nào cũng đi đôi với nhau. Một xã hội có nền giáo dục tốt thì nó sẽ đào tạo ra những con người có văn hoá trong xã hội. Không phải là tự nhiên mà người ta nói 50 năm trước Singapore chỉ mong ước bắt kịp Saigon, Hòn Ngọc Viễn Đông lúc bấy giờ. Những người con được sinh ra và rèn luyện trong thời gian đó đã trở nên những con người hữu ích cho xã hội. Bây giờ sau 50 năm kể từ khi nền giáo dục nhân văn đó sụp đổ họ vẫn duy trì được cái lề lối, cái suy nghĩ, cái sinh hoạt hết sức nhân văn đó nơi xứ người dù nơi đó là ở đâu trên quả địa cầu này và luôn trăn trở về một nền giáo dục phi nhân bản cũng như phi dân tộc trong xã hội Việt Nam hiện nay.

Trong phạm vi cuốn sách *"Văn Nhân Việt Montreal"* với nội dung hết sức phong phú và sâu sắc của những tác giả đã từ lâu nổi tiếng trên văn đàn người Việt hải ngoại, được gom lại và giới thiệu với chúng ta để thấy cả một sức sống mãnh liệt của những con người Việt Nam.

Ở trên toàn thế giới thì chắc chắn có rất nhiều nhà văn, những người làm văn hóa đã viết về văn hóa Việt Nam nhưng qua cuốn sách này nhìn qua phần Mục Lục quí vị có thể thấy được những hình thức khác nhau như văn nghị luận về xã hội, các bài nghiên cứu, biên khảo hoặc tư liệu, văn hóa, văn học, giáo dục, v..v.. Chúng ta có thể thấy thế hệ thứ 1 với những tâm tư hoài vọng, thế hệ thứ 2 với sự sáng tạo trong môi trường mới là một điều đáng mừng và hãnh diện cho người Việt tại Montreal và người Việt nói chung đã hội nhập vào cuộc sống nơi quê hương mới nhưng vẫn sống trong từng nhịp đập của mỗi trái tim xa xứ.

Khi nhận được bản thảo cuốn sách Văn Nhân Việt Montreal của anh Lạp Chúc Nguyễn Huy, tôi đã đọc nó say mê bởi vì nó quá thú vị và nó như một món ăn tinh thần tuyệt vời mà chúng ta có được.

Chân thành cảm tạ anh **Lạp Chúc Nguyễn Huy** đã bỏ nhiều công sức cùng thời gian để hoàn thành cuốn sách

Văn Nhân Việt Montreal. Thay mặt cho Hội Giáo Chức Việt Nam tại Québec, tôi xin trân trọng giới thiệu cuốn sách này đến quý vị và tôi tin chắc rằng đây cũng là một món quà trân quí để kỷ niệm 50 năm kể từ ngày 30 tháng 4 năm 1975 và cho những thế hệ mai sau nhìn lại để so sánh, để nhìn thấy một nền văn hóa Việt Nam Cộng Hòa tốt đẹp ngày xưa.

Montreal, ngày 6 tháng 3 năm 2025

GS Lê Khắc Nghị
Hội trưởng Hội Giáo Chức Quebec

THẾ HỆ 1

Thơ TRÚC LAN*

VĂN NHÂN VIỆT MONTRÉAL
Kỷ niệm 50 năm viễn xứ (1975-2025)

Nơi xứ lạnh tình nồng vẫn ấm
Đất lành chim đậu đón di dân
Năm mươi năm chẵn cùng gầy dựng
Tập hợp thành đội ngũ văn nhân.

Tôi muốn kể công đầu khai phá
Nhà biên khảo Lạp Chúc Nguyễn Huy
Không quản ngại thời gian công sức
Làm nên tác phẩm sử sách ghi
Nhà hiền triết Hy Lạp có nói (*)
Có hai thứ ghi tạc đáy lòng
Đầu tiên là cho đi TRI THỨC
Và LÒNG TỐT sâu đậm thắm nồng
Thế hệ sóng sau dồn sóng trước
Cùng chung lòng, chung sức, chung tay
Cho đi Lòng Tốt và Tri Thức
Trả ơn người, phục vụ cho đời.

Bao di chứng thay muôn lời nói
Tượng đài Văn Hóa Mộng-Lệ-An
Trăm năm nữa còn ai nhắc tới
Tự hào thay những đấng văn nhân!
Trúc Lan* – Montréal, tháng III.2025

*Socrates (470 – 399 TCN) là một triết gia người Hy Lạp cổ đại (người Athens), **ông được coi là một trong những người đã sáng tạo ra nền** triết học phương Tây. Là **nhà** triết gia đạo đức **đầu tiên của nền tư tưởng đạo đức phương Tây, ông được xem là người đại diện tiêu biểu của trường phái** triết học duy tâm. Socrates để lại hậu thế **câu nói nổi tiếng:** *"Có hai thứ bạn phải cho đi, đó là TRI THỨC và LÒNG TỐT"*.

*Trúc lan là bút hiệu GS Nguyễn Kiến Thiết, hội viên Hội Giáo Chức Quebec

THẾ HỆ 2

Nhà văn Sỏi Ngọc[1]

Một chút lời tâm sự của hậu duệ tiếp nối với sự bảo vệ nền văn hóa Việt tại hải ngoại.

Tính từ 30 tháng Tư 1975, rời Sài-Gòn, miền Nam Việt Nam, chạy trốn Cộng Sản, người Việt có mặt ở khắp mọi nơi, Âu, Á, Úc, Mỹ Châu, nơi nào có tự do là nơi đó có người Việt!

Tuy là kẻ lưu vong nhưng sau 50 năm nhìn lại, nền văn hóa Việt vẫn được duy trì và bảo tồn qua nhiều thế hệ trên khắp thế giới nói chung, và Montreal nói riêng:

Quyển sách Văn Nhân Việt Montreal là bằng chứng hùng hồn cho thấy khi "tiếng Việt còn thì văn hóa còn"; những nhà văn, thơ, các nhà biên khảo, giáo sư, tiến sĩ của thế hệ thứ nhất, đã tiếp tục viết lại kinh nghiệm sống và làm việc của mình để chia sẻ cho thế hệ sau; thế hệ thứ hai tiếp nối nền văn hóa qua sách vở của những bậc tiền bối, kể lại cuộc sống ít ỏi của mình ở quê hương trước/sau

1 Sỏi Ngọc là bút hiệu của Lê Ngọc Huyền, nguyên chủ bút báo Ngọn Đuốc

1975 và qua đó tâm sự cuộc sống, góp phần xây dựng quê hương thứ hai dưới nhiều ngôn ngữ Anh-Pháp, nhưng vẫn giữ tiếng Việt.

Qua Văn Nhân Việt Montreal, cha anh ở hải ngoại đã gầy công xây dựng lại kiến thức, ghi chép lại, chia sẻ kinh nghiệm của mình cho thế hệ sau, cả một công trình vĩ đại và quý báu vì khi ra đi chúng ta không mang theo được sách vở xưa, cũng như bị giặc Cộng đốt hủy hết.

Anh Lạp Chúc đã có công thật to lớn, gom góp những tên tuổi gạo cội ở Montreal, làm nên quyển sách để đời, thật giá trị ý nghĩa, mang tính chất nhân văn và công trình giáo dục.

Đây cũng là lời cảm ơn đến công trình viết lách, nghiên cứu bao lâu nay của các nhà báo, văn, thơ, giáo sư, khảo cứu… Thế hệ sau biết ơn họ và coi họ như một kim chỉ nam, soi sáng con đường văn học nghệ thuật tương lai ở hải ngoại.

Chúng em, thế hệ thứ hai, rất biết ơn những bậc tiền bối đã và đang để lại cho chúng em những bài viết rất thực tế, những bài suy ngẫm cho hiện tại và tương lai.

Em cũng xin cám ơn anh Lạp Chúc đã bỏ nhiều công sức gom góp những người đam mê viết lách, rất hân hạnh và hãnh diện được đứng vào hàng ngũ của những văn nhân Việt Montreal; xin hứa với lòng, sẽ mãi gìn giữ và bảo vệ tiếng Việt qua nhiều đời sau nữa…

Sỏi Ngọc, Montreal, Jan'26-2025

DẪN NHẬP

Trên đất Montreal, sau 50 năm Quốc Hận, người Việt đã để lại nhiều di chứng[2] tỵ nạn cộng sản.

Di chứng quan trọng thứ nhất là **tượng đài chiến sĩ quân lực VNCH** đã hy sinh bảo vệ chính nghĩa tự do, dân chủ.

Di chứng thứ hai là **tượng đài cánh buồm vượt biển** biểu tượng cho Boat People tỵ nạn cộng sản tại Montreal.

Ngôn ngữ và biểu tượng của hai tượng đài trên là: Chữ khắc và hình dáng điêu khắc của tượng đài với vật liệu xây cất xử dụng : đồng, đá quí hoặc xi măng.

Năm 2025, chúng tôi đã cộng tác với Cộng Đồng Người Việt Quốc Gia-Vùng Montreal (CĐNVQGVM) và Hội Giáo Chức Quebec để xây dựng di chứng thứ ba của người Việt tỵ nạn là **tượng đài văn hóa.**

---

2 Di 移 có nghĩa chuyển đi; chứng 証 : bằng cứ. Di chứng : bằng cứ chuyển đời này sang đời khác

Mô tả tượng đài văn hóa Việt Montreal

Tượng đài được xây dựng theo quan niệm văn hóa của UNESCO, có nghĩa là tượng đài văn hóa Montreal có 2 loại di sản văn hóa để lại cho hậu duệ: *Di sản văn hóa hữu thể và di sản văn hóa vô hình.*

Di sản văn hóa hữu thể

Di sản văn hóa hữu thể (tangible) *nhìn thấy được đó là khoảng 200 cuốn sách bằng giấy mực đầy chữ viết từ tim óc và bằng tâm hồn của Văn Nhân Việt Montreal dùng để xây dựng tượng đại văn hóa Việt tại Montreal; Hình dáng hữu thể của tượng đài là tủ sách được đặt tại trụ sở của Cộng Đồng và được giới thiệu với đồng hương như sau :*

1. Bàn tự hào văn hóa Việt triển lãm các tác phẩm đoạt giải thưởng và huy chương (Trang Châu, Thái Công Tụng, Lê Hữu Mục, Lâm Văn Bé, Kim Thúy, Lê Quang Xuân, Kim Thúy, Sỏi Ngọc),

2. Bàn biểu tượng sức sống văn hóa Sài Gòn : tác phẩm của hai cây cổ thụ văn hóa : Song Thao và Luân Hoán

3. Bàn tác phẩm của văn nhân Montreal

4. Bàn giải thích linh hồn của tượng đài : cuốn sách Văn Nhân Việt Montreal.

Di sản văn hóa vô hình

Di sản văn hóa vô hình hay vô thể (intangible) *không nhìn, sờ thấy được đó là những vần thơ của Luân Hoán, Hoàng Xuân Sơn… những truyện Phiếm của Song Thao rúc rích cười trên tượng đài hữu thể. Các tâm hồn thổi sinh khí vào tượng đài được giới thiệu trong cuốn sách* ***Văn Nhân Việt Montreal***.

Cuốn sách Văn Nhân Việt Montreal là biểu tượng hữu hình của di sản văn hóa vô thể trên tượng đài.

Về từ ngữ xử dụng cho tượng đài

Văn hóa. Theo nghĩa chữ nho của văn hóa 文化 thì **Văn** 文 là đạo đức lễ nhạc giáo hóa mà có vẻ đẹp đẽ rõ rệt gọi là "*văn*"; **Hóa** 化 là thay đổi, giáo hóa. Văn hóa có nghĩa đen là: Đạo đức đẹp rõ rệt làm thay đổi con người cho tốt đẹp hơn[3].

Văn nhân文人. Văn hóa là linh hồn của một dân tộc do chính con người của dân tộc đó sáng tạo, con người đó được gọi là văn nhân (văn thi sĩ, nhạc sĩ, nhiếp ảnh gia, nhà biên khảo ...). Văn nhân thay cho danh từ Văn vật 文物 được người xưa hay dùng[4].

---

3 Danh từ "*văn hóa*" được du nhập từ Âu Châu sang và có cả trăm định nghĩa. Mỗi tác giả có thể chọn một định nghĩa để định hướng cho khảo cứu của mình.

Ở phương Tây, danh từ la tinh cultus, culture (Pháp), kultur (Đức) dùng theo hai nghĩa: cultus agri trồng trọt ngoài đồng và cultus animi là trồng trọt tinh thần bằng giáo dục, bồi dưỡng tâm hồn con người nên văn hóa gắn liền với giáo dục đào tạo những con người tốt đẹp cung cấp cho xã hội. Khái niệm văn hóa thay đổi qua nhiều thế kỷ, với nhiều tác giả vì văn hóa là tấm gương nhiều mặt phản chiếu đời sống tinh thần.

4 Văn文 là vẻ đẹp, vật 物 chỉ người. Khi nói «Thăng Long ngàn năm văn vật» ý muốn nói từ ngàn năm nay, Thăng Long là nơi tụ hội nhiều người tài giỏi, vua quan, tao nhân mặc khách... Dưới triều nhà Nguyễn, các văn vật tụ hội tại kinh đô Huế nên có bài thơ dưới đây khắc trong điện Thái Hòa:

Thái bình chế độ mới
Mở rộng quy mô xưa
***Văn vật** cùng tụ hội*
Gió xuân khắp đế đô.

Phương pháp biên khảo

Montreal có cả ngàn văn nhân Việt danh tiếng trong nhiều địa hạt (Văn, thơ, báo chí, nhiếp ảnh, biên khảo …), nhưng mục đích khiêm tốn của cuốn sách nhỏ này là nhằm :

1. Giới thiệu tác giả đóng góp tác phẩm xây dựng tượng đài văn hóa Montreal,

2. Giúp đồng hương **nhìn sơ lược hình dáng văn nhân**.

Với mục đích đó mà việc giới thiệu được giới hạn vào :

- Văn nhân định cư tại Montreal và vùng phụ cận,

- Văn nhân có **tác phẩm in thành sách**[5].

- Văn nhân mà chúng tôi có thể đích thân đến gặp, chuyện trò bằng điện thư, điện thoại để chỉnh sửa tiểu sử, tác phẩm …

-Chỉ viết lời giới thiệu tiểu sử, tác phẩm các tác giả có tầm vóc về tên tuổi và số lượng sáng tác còn nhiều văn nhân khác cũng như báo chí, đặc san … chỉ được giới thiệu bằng hình ảnh,

- Cách sắp xếp vị trí văn nhân theo giá trị sáng tác, tầm vóc ảnh hưởng địa lý, số lượng tác phẩm có giá trị[6] …

Cách soạn thảo

---

5 Mặc dầu biết rằng nhiều văn nhân rất nổi tiếng với những bài viết như nhà thơ Sao Khuê, nhà dịch cổ thi như Lộc Bắc, Nguyễn Thanh Bình …

6 Các tiêu chuẩn sắp xếp này đương nhiên có tính cách chủ quan nên miễn bàn luận.

Về tài liệu

Các tài liệu dùng trong cuốn sách có 3 nguồn gốc :

1. Tài liệu đã được công khai phổ biến trên sách in của tác giả, báo chí, internet,
2. Do chính văn nhân cung cấp,
3. Do tình bằng hữu của tác giả với văn nhân.

Về việc cảm nhận, phê bình tác phẩm, chúng tôi chỉ viết lại ý kiến đứng đắn của người đã đọc tác phẩm.

Trước khi dàn trang để in ấn, chúng tôi gởi đến mỗi tác giả bản thảo cuốn sách để tác giả chỉnh sửa phần viết về tác giả.

Các giai đoạn văn hóa trong cuốn sách

Thời gian 50 năm viễn xứ (1975-2025) được đánh dấu bởi 3 giai đoạn văn hóa ảnh hưởng đến các Văn nhân văn hóa Việt Montreal (văn/thi sĩ, biên khảo, báo chí …) .

Giai đoạn 1 : Nội chiến văn hóa

Giai đọan 2 : Khúc nối dài văn hóa Sài Gòn của thế hệ 1

Giai đoạn 3. Khúc nối dài văn hóa của hậu duệ thế hệ 1

Giai đoạn 1 : Nội chiến văn hóa

10 năm (1975-1986) nội chiến văn hóa giữa văn hóa XHCN và văn hóa Sài Gòn đã được trình bày chi tiết trong 3 cuốn sách[7] (hiện bán trên Amazon). Cuộc nôi chiến văn

7 3 cuốn sách (hiện bán trên Amazon) của Lạp Chúc Nguyễn Huy về Nội Chiên văn hóa giữa Bắc Nam mô tả lại trận chiến như đốt sách bắt nho, cấm ca nhạc Sài Gòn v,v.

hóa đã đưa đến kết quả :

- Văn hóa Sài Gòn đã chiến thắng và biến cộng sản thắng trận quân sự thành kẻ bại trận văn hóa,

- Các văn nhân văn hóa Sài Gòn thì một số đã hy sinh (chết vì bị đầy đọa trong tù như thi sĩ Vũ Hoàng Chương, nhà văn Nguyễn Mạnh Côn ...), một số nhỏ ra đi tỵ nạn đến định cư tại Montreal tạo dựng nên một khúc nối dài văn hóa Sài Gòn. Sau 50 năm định cư tại Montreal, khúc nối dài này chia thành 2 đoạn : Đoạn văn hóa thế hệ 1 và đoạn văn hóa của hậu duệ thế hệ 1.

Giai đọan 2 : Khúc nối dài văn hóa Sài Gòn của thế hệ 1

Cùng với làn sóng thuyền nhân tỵ nạn cộng sản đi tìm tự do khắp nơi trên thế giới, một số văn nhân văn hóa Sài Gòn đã đến định cư tại Montréal[8] và làm nòng cốt cho khúc nối dài văn hóa Sài Gòn của thế hệ 1 như :

Văn/thi sĩ : Song Thao, Luân Hoán, Trang Châu, Hoàng Xuân Sơn, Lưu Nguyễn, Võ Kỳ Điền, Tiểu Thu, Tôn Thất Tuệ,

---

- Guerre civile culturelle entre le Nord et le Sud au Vietnam (1975-1986), GS Louis Jacques Dorais, professeur émérite của ĐH Laval,

- Cultural Civil War Between North and South (1975-1986) In Vietnam, NXB Nhân Ảnh 2022, GS Vĩnh Thế Lâm, cựu giáo sư ĐH Vạn Hạnh và University of Saskatchewan,

- Nội chiến văn hóa giữa Bắc Nam (1975-1986), Lạp Chúc Nguyễn Huy, Nhân Ảnh 2023

8 Dựa theo số liệu của Viện Thống kê Canada (Statistics Canada) vào năm 2006, tổng số người Việt ở Canada là 180130 người, Québec 33 815 người, và đại đô thị Montréal (đảo Montréal, Montérégie, và Laval) 30,510 người

Hải Bình, Hải Phong, Bá Dĩnh …

Biên Khảo : Phạm Hoàng Hộ, Lê Hữu Mục, Thái Công Tụng, Nguyễn Văn Trung, Nguyễn Khắc Ngữ, Lạp Chúc Nguyễn Huy, Khiếu Đức Long, Nguyễn Kiến Thiết, Lê Quốc, Lâm Văn Bé, Nguyễn Văn Lục …

Báo chí : Dân Quyền, Nắng Mới, Đi Tới, Quốc Gia, Ngọn Đuốc …

Di chứng[9] *trên đất : Tượng đài Tưởng Niệm Tử Sĩ QLVNCH và TT Ngô Đình Diệm.*

Viết cuốn sách này cũng là để tỏ lòng ghi ơn các văn nhân Việt Montreal tiếp tục làm văn hóa dù đời sống chật vật trong sự hội nhập với một xã hội mới mà thơ văn vẫn giữ được cái phong thái của người làm văn hóa VNCH thí dụ như :

Trong báo Làng Văn, số 30, tháng 2, 1987, nhà văn Võ Kỳ Điền trả lời :"***Nếu bài nào của tôi mà không có một ý, một câu đả kích cộng sản thì tôi không viết nữa***".Tại sao viết văn? Anh trả lời "*Cuộc biến động sau 30-4-1975 làm đất nước tan tành và cuộc sống toàn dân bị xáo trộn nặng nề khiến anh trăn trở nghĩ suy, cảm thấy mình phải có bổn phận góp lên tiếng nói chống sự áp bức độc tài, tàn bạo của chủ nghĩa Cộng Sản*".

Luân Hoán làm thơ trong một thân xác thương phế binh VNCH (mất một bàn chân trái vì mìn cộng sản) với một tinh thần quốc gia bền vững thể hiện qua **lá cờ vàng 3 sọc đỏ** được sơn vẽ trên hộp thơ trước nhà Anh.

Nhà văn/thơ Trang Châu tạm ngừng khám bệnh để

9 Di 移 có nghĩa chuyển đi; chứng 証 : bằng cứ. Di chứng : bằng cư chuyển đời này sang đới khác

đến Biển Đông cứu vớt Boat People.

Nhà biên khảo Lê Hữu Mục đã ngăn chặn UNESCO vinh danh Hồ Chí Minh là vĩ nhân văn hóa với cuốn sách *''Hồ Chí Minh Không Phải Là Tác Giả "**Ngục Trung Nhật Ký**''* minh chứng ông Hồ là đạo văn.

Giai đoạn 3. Khúc nối dài của hậu duệ thế hệ 1

Hậu duệ thế hệ 1 đang làm văn hóa Việt trên đất Montreal như:

Tiểu thuyết của văn sĩ Kim Thúy,

Nhà văn và nhà báo Sỏi Ngọc,

Tượng đài Câu chuyện người vượt biển.

Sanh hoạt văn hóa : Báo chí, võ đạo, đội trống Văn Lang, Liên đoàn hướng đạo, trình diễn văn hóa của Quan Âm …

Sau cùng, chúng tôi xin độc giả coi cuốn sách này như :

- Một hình ảnh các văn nhân Việt Montreal đứng cạnh nhau đoàn kết trên trang giấy cùng nhau đã và đang phát huy nền văn hóa Sài Gòn của Người Quốc Gia,

- Một kỷ niệm của văn nhân để mỗi lần mở sách ra coi mà thầm nhớ đến câu thơ của Nguyễn Khuyến:

  Bạn già năm trước nay còn mấy,
  Chuyện cũ, mười phần chín chẳng như.

- Một bản văn khai vị cho những nhà biên khảo sau này viết một cuốn khảo cứu chuyên sâu về văn nhân Việt Montreal.

GIAI ĐOẠN 1

NỘI CHIẾN VĂN HÓA

Sau này giới trẻ muốn biết tại sao văn nhân Việt đến tỵ nạn cộng sản ở Montreal cũng như tại nhiều nơi khác trên thế giới thì câu trả lời cho các em nằm trong sự tìm hiểu các điều sau :

1. Lý thuyết văn hóa của cộng sản gây ra sốc văn hóa (choc culturel) trong dân chúng miền Nam bị cưỡng chiếm,

2. Nội chiến văn hóa giữa văn hóa XHCN và văn hóa Sài Gòn[10] kéo dài trong 10 năm (1975-1986) và là nguyên nhân chính ra đi tỵ nạn của các văn nhân.

1. Lý thuyết văn hóa của cộng sản

Tiếp theo sự xâm chiếm miền Nam bằng quân sự, cộng

---

10 **Văn hóa XHCN** được ít người miền Nam biết đến vì 2 lý do sau : 1) Cuộc sống ngắn ngủi 10 năm (1975-1986) của văn hóa XHCN tại miền Nam, 2) Hầu như không có tác giả nào cả quốc gia lẫn cộng sản viết về văn hóa XHCN và cuộc nội chiến văn hóa Bắc Nam. Đó là lý do chúng tôi phải tóm tắt nội dung văn hóa XHCN và diễn biến cuộc nội chiến văn hóa.

sản áp đặt văn hóa xã hội chủ nghĩa ngoại lai lên miền Nam bại trận. Sự cưỡng ép văn hóa này là nguyên nhân **sốc văn hóa** giữa Bắc Nam và nguồn gốc sự hiện diện văn nhân Việt tại Montreal. Chỉ cần đọc lý thuyết sáng tác văn hóa phản tự do, dân chủ của cộng sản là hiểu tại sao sốc văn hóa sảy ra.

Hồ Chí Minh khẳng định: "*Văn hóa, nghệ thuật cũng như mọi hoạt động khác, không thể đứng ngoài, mà phải* ***ở trong kinh tế và chính trị***". Vì vậy, cũng như các chiến sĩ khác, chiến sĩ nghệ thuật " *có* ***nhiệm vụ*** *nhất định, tức là* ***phụng sự kháng chiến****, phụng sự tổ quốc, phụng sự nhân dân, trước hết là công, nông, binh*". Nghĩa là trong thơ cũng phải có hương vị kháng chiến (thép):

Thơ xưa yêu cảnh thiên nhiên đẹp,
Mây, gió, trăng, hoa, tuyết, núi, sông;
Nay ở trong thơ ***nên có thép***
Nhà thơ cũng phải biết ***xung phong.*** (HCM)

Về sáng tác văn hóa, Trương Chinh chỉ đạo như sau: « *Các đồng chí đã hiến dâng con tim cho cách mạng, cho đảng vậy các đồng chí* ***phải sáng tác theo những điều đã được đảng đề ra****. Các đồng chí* ***phải sáng tác theo tinh thần xã hội chủ nghĩa*** *». Điều này có* nghĩa là trong căn nhà văn hóa XHCN, tất cả giới văn nghệ sĩ phải sáng tác theo một cái khuôn định sẵn chứ không phải theo tiếng nói của cá nhân, của con tim.

Trường Chinh chỉ dẫn cho người làm công tác văn hóa, văn nghệ trong văn hoá mới Việt Nam phái có mục đích, nhiệm vụ, đường lối, tác phẩm như sau:

Mục đích: Năm 1942, Trường-Chinh chỉ đạo mục đích

sáng tác là *"chiến thắng và giữ nước"* với bài thơ mẫu sau[11]:

Là thi sĩ phải là hồn cao khiết,
Chí kiên cường và sứ mệnh cao siêu
Ca tự do, tiến bộ với tình yêu
Yêu nhân loại, yêu hòa bình, công lý
(Là thi sĩ)
Dùng bút làm đòn chuyển xoay chế độ
Mỗi vần thơ: bom đạn phá cường quyền.

Nhiệm vụ: Phải có lập trường tư tưởng của giai cấp công nhân; phải lấy chủ nghĩa hiện thực xã hội chủ nghĩa làm gốc để sáng tác; phải thâm nhập quần chúng nhân dân, dấn mình trong phong trào cách mạng sôi động của dân tộc để sáng tác và phản ánh.

Đường lối sáng tác. Phải phản ánh đúng hiện thực đời sống xã hội; phải có khuynh hướng chính trị và tính giai cấp rõ rệt; phải mô tả đúng bản chất và hiện tượng xã hội.

2. Chiến trận văn hóa[12]

Sau ngày 30/4/75, với một hành trang văn hóa XHCN đã được thử nghiệm trong 30 năm (1945-1975) tại miền

---

11 Trong *"tuyên ngôn"* về thơ cách mạng, thơ ca đấu tranh vì sự nghiệp giải phóng dân tộc

12 3 cuốn sách (hiện bán trên Amazon) của Lạp Chúc Nguyễn Huy về Nội Chiến văn hóa giữa Bắc Nam mô tả lại trận chiến như đốt sách bắt nho, cấm ca nhạc Sài Gòn v,v.

- Guerre civile culturelle entre le Nord et le Sud au Vietnam (1975-1986), GS Louis Jacques Dorais, professeur émérite của ĐH Laval,

- Cultural Civil War Between North and South (1975-1986) In Vietnam, NXB Nhân Ảnh 2022, GS Vĩnh Thế Lâm, cựu giáo sư ĐH Vạn Hạnh và University of Saskatchewan,

- Nội chiến văn hóa giữa Bắc Nam (1975-1986), Lạp Chúc Nguyễn Huy, Nhân Ảnh 2023

Bắc, đảng cộng sản đem văn hóa XHCN miền Bắc áp đặt lên nhân dân miền Nam. Sự cưỡng ép văn hóa này làm bùng nổ âm thầm nội chiến văn hóa Bắc Nam trong 10 năm (1975-1986). Cuộc nội chiến là lý do chính của văn nhân vượt biển tìm đến Montreal tạo nên một khúc nối dài của văn hóa Sài Gòn.

Tại miền Nam, cuộc nội chiến văn hóa bắt đầu bằng hủy diệt kho vũ khí của văn hóa Sài Gòn là đốt sách, cấm nhạc qua 2 trận chiến:

Trận chiến trên giấy với chiến dịch đốt sách bắt nho,

Trận chiến ầm ĩ trong âm thanh với chiến dịch cấm ca, cấm nhạc vàng.

Trận địa trên giấy : Đốt sách bắt nho (1975-1986)

Chiếm được Sài Gòn, việc cấp thiết nhất là niêm phong, tịch thu sách tại các thư viện, các nhà sách lớn (Khai Trí, Sống Mới, Nam Cường…). Các cấp chính quyền từ phường đến thành phố ra chỉ thị tập trung tất cả các loại sách vở từ tiểu thuyết, tạp chí đến biên khảo để hỏa thiêu[13].

Chiến thắng ban đầu

Khi nói đến đốt sách tàn bạo nhằm hủy diệt văn hóa, nhiều người nghĩ ngay đến thành ngữ : «*Đốt sách chôn nho*» (Phần thư, khanh nho 焚書坑儒) đời Tần Thủy Hoàng vào năm 213 TCN[14].

---

13 Đốt sách cũng đã diễn ra tại Hà Nội năm 1954, học sinh được thành đoàn ra lệnh nộp sách nhà mình và đi truy lùng «*bắt sách*» của bà con, hàng xóm tập trung tại phố Tràng Thi rồi đốt.

14 Theo Sử Ký Tư Mã Thiên, thừa tướng Lý Tư của Tần Thủy Hoàng chủ trương đốt sách (kinh điển từ thời Chu Tử Bách Gia, thi, thư…)

Đốt sách, chôn nho là hành vi được người đời sau coi là tàn bạo nhất của Tần Thủy Hoàng. Đó cũng là tội danh mà hàng ngàn năm sau vẫn còn được người Hán và cả nhân loại lên án!

Trên đất Việt, tội ác đốt sách đã xảy ra 2 lần :

- *Dưới thời nhà Minh vào thế kỷ 15,*
- *Sau ngày 30/4/1975 tại miền Nam.*

Đốt sách lần thứ nhất của giặc Minh

Đầu thế kỷ 15, chính sách đốt sách đầu tiên và bắt người tài[15] về Tàu xảy ra trong lịch sử Việt Nam sau khi Minh Thành Tổ chỉ dụ Chu Năng và Trương Phụ ngày 21/8/1406: «Một khi binh lính đã vào nước Nam, thì hết thảy mọi sách vở văn tự, cho đến các loại ca lí dân gian, các sách dạy trẻ nhỏ, ***một mảnh một chữ phải đốt hết khắp trong nước***, *các bia do Annam dựng thì phải phá hủy tất cả,*

---

vào năm 213 TCN. Lý Tư tâu :«Thần xin cho đốt hết mọi sách vở, trừ sách vở của nhà Tần. Sách vở nào không phải của quan bác sĩ được phép giữ mà trong thiên hạ cất giấu như Kinh Thi, Kinh Thư, cùng sách vở của trăm nhà đều phải đem cho quan thủ, quan úy đốt đi». Lý-Tư tấu thêm: "*Thần xin rằng sử sách không phải do Tần ghi chép đều bị đem đốt. Ngoại trừ quan chức không phải là tiến sĩ thì trong thiên hạ không ai được phép cất giữ Thi, Thư, sách của Bách gia, tất cả đều phải đem đốt. Nếu dám dùng những lời ngụ ngôn trong Thi, Thư thì chém bêu đầu ở chợ. Lấy xưa mà chê nay thì giết cả họ. Quan lại thấy mà không tố cáo sẽ bị coi là đồng phạm. Nay lệnh trong ba mươi ngày mà không đem đốt, sẽ bị xăm mặt và bắt đi xây dựng trường thành*".

Sau khi tra xét các nhà nho, lọc ra 460 người phạm cấm mà đem chôn sống tất cả ở Hàm Dương năm 210 TCN.

15 Bị bắt về Tàu có Hồ Nguyên Trừng biết cách đúc súng thần công, Nguyễn An thiết kế xây Tử Cấm Thành tại Bắc Kinh

một chữ chớ để sót lại»[16]. *«Tháng 7 năm Mậu Tuất (1418), nhà Minh còn sai tiến sĩ Hạ Thì và hành nhân Hạ Thanh sang tìm tòi và thu lượm tất cả những sách chép về lịch sử và sự tích xưa nay do người Việt viết»*[17].

Đốt sách lần thứ hai của giặc cộng

Việc « *đốt sách bắt nho* » lần thứ hai ở Việt Nam xảy ra sau ngày 30-4-1975 khi Đảng thực hiện chiến dịch «*bài trừ văn hóa đồi trụy, phản động*» bằng huy động thanh niên, học sinh, mang xe ba gác đi từng nhà lục soát sách mang đi đốt. Cuộc «*phần thư*» được cả hệ thống tuyên truyền và báo chí Nhà Nước cổ võ[18].

---

16 Trần Ngọc Thêm, Tìm về bản sắc văn hóa Việt Nam, NXB TP HCM, 1996, tr. 485

17 Trần Quốc Vượng, Văn hóa Việt Nam-Tìm tòi và suy nghĩ, NXB Văn Hóa Dân Tộc, Hà Nội, 1999, tr. 755

18 Báo Sài Gòn Giải Phóng số ra ngày 25/5/1975 tường thuật : *"Ngày 23-5-1975, trên nhiều đường phố Sài Gòn, "khí thế ra quân" của chiến dịch vô cùng sôi nổi: "Đoàn thanh niên nam nữ đi qua các đường phố và hô to nhiều khẩu hiệu đả đảo văn hoá ngoại lai đồi truỵ mất gốc phản động. Đi đầu là xe phóng thanh với một biểu ngữ dài có ghi: 'Đội thanh niên sinh viên học sinh xung kích bài trừ văn hoá dâm ô phản động'. Theo sau là sinh viên, học sinh sắp hàng bảy, hàng tám xuất phát từ trụ sở của lực lượng thanh niên tự vệ Thành phố, số 4 Duy Tân. Đoàn diễn hành kéo dài có đến hàng cây số đường, tất cả mọi người đều có một tấm biểu ngữ trên tay"*.
Ngay sau cuộc tuần hành trên đường phố của hàng chục ngàn thanh niên vệ binh, "đồng bào và các tiệm sách đã đem nộp cho đội Quận 7 một số lượng sách báo đồi truỵ phản động, tất cả là mười ba xe ba gác. Ngoài ra các hàng sách bày bán trên hai lề đường Lê Lợi, Công Lý cũng tự nguyện dọn sạch và đem nộp. Trên đường Hai Bà Trưng cũng có ba nhà sách tự động đem nộp trên hai mươi cuốn. Đặc biệt, cùng ngày này, 22-5-1975, nhà sách Phúc Bài, 186 Nguyễn Thiện Thuật, Sài Gòn 3 đã tự nguyện đem nộp cho Hội Bài trừ Văn hoá đồi truỵ phản động bốn ngàn cuốn sách các loại".

Thành đoàn thanh niên đi đốt sách

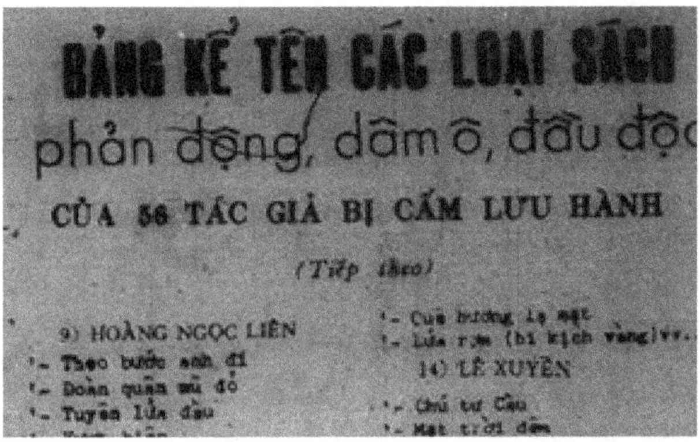

BẢNG KÊ TÊN CÁC LOẠI SÁCH
phản động, dâm ô, đầu độc
CỦA 56 TÁC GIẢ BỊ CẤM LƯU HÀNH

(Tiếp theo)

9) HOÀNG NGỌC LIÊN
- Theo bước anh đi
- Đoàn quân mũ đỏ
- Tuyến lửa đầu

- Cửa hướng lạ mặt
- Lửa rơm (bi kịch vàng) v.v...

14) LÊ XUYÊN
- Chú tư Cầu
- Mặt trời đêm

Báo Sài Gòn Giải Phóng 26-10-1975

Sách nào bị đốt? tất cả các ấn phẩm (sách, báo) của bộ Văn hóa Việt Nam Cộng Hòa, kể cả các bản dịch tác phẩm của Lê Quí Đôn, thơ Cao Bá Quát, cả những bộ Kiều của Nguyễn Du, Chinh phụ ngâm... in ở trong Nam cũng bị đốt, trừ những sách về khoa học tự nhiên, về kỹ thuật, các từ điển.

Việc đốt sách vào cuối tháng 5-1975 đáng được liệt kê vào lịch sử đốt sách trên thế giới và tiêu diệt trí thức để độc quyền tư tưởng, độc quyền ngôn luận.

Bắt nho

Sau ngày 30/4/1975, các tinh hoa văn hóa tức giới văn nghệ sĩ ở miền Nam đã tạo nên cái linh hồn của Sài Gòn, bị gọi đến Toà Đại Sứ Đại Hàn (đường Nguyễn Du) đăng ký tên tuổi, địa chỉ. Sau khi có danh sách đầy đủ của văn nghệ sĩ thì chiến dịch bắt bớ văn nghệ sĩ khởi sự từ đêm 2-4-1976 đến đêm 8-4-1976, rồi ngừng lại. Mãi đến 28-4 mới bắt thêm một số nữa đi tù dưới hình thức đi cải tạo[19] nhằm hủy diệt cái linh hồn của Sài Gòn, cái linh hồn đó là văn hóa tự do dân chủ, là văn hóa của sự sáng tạo, phát triển tự nhiên theo khuynh hướng dân tộc, nhân bản và khai phóng.

Năm nay đào lại nở
Không thấy sách báo xưa
***Ngọn lửa** nào năm cũ*
Lạc về đâu bây giờ?
Nguyễn Ngọc Chính

Sau việc «đốt sách bắt nho» thì công việc tiếp theo là áp đặt văn hóa vô sản lên Sài Gòn bằng cách:

- *Dẹp tự do văn nghệ, báo chí, ấn loát…*

- *Kiểm soát hộ khẩu, công an trị,*

- *Nhân dân đi học tập chính trị, học hát ca tụng Bác, Đảng…*

Tất cả khí cụ đàn áp đó được du nhập từ miền Bắc vào nhằm chuyển đổi văn hóa Sài Gòn sang văn hóa XHCN. Đó là nguồn gốc hình thành khúc nối dài văn hóa Sài Gòn

---

19 Chết vì tù cải tạo như thi sĩ Vũ Hoàng Chương, nhà văn Nguyễn Mạnh Côn; bị tù như nhạc sĩ Nguyễn Văn Đông, văn sĩ Dương Nghiễm Mậu, Duyên Anh…

bởi các văn nhân Việt Montreal.

Dấu hiệu của thất trận: Sách Sài Gòn bày bán khắp nơi

Đến năm 1986, sự thất trận của văn hóa XHCN **đã hiện rõ trên khắp đất nước với những dấu hiệu sau :**

Khi các văn thi sĩ của Sài Gòn xưa kia như thi sĩ Du Tử Lê, nhà văn Phan Nhật Nam (cựu đại úy sư đoàn Dù) được nhà văn Huy Thịnh mời về Hà Nội họp với Hội Nhà Văn Hà Nội (nhưng không nhận lời về) . Hiện tượng trở về được giải thích bởi Trần Doãn Nho[20]qua trích dẫn các báo chính thức của đảng cộng sản (báo Nhân Dân) và các bài phỏng vấn vài nhà văn hóa tại quốc nội[21].

Khi ngay trên con đường bán sách Nguyễn văn Bình[22] ở trung tâm quận nhất bày bán tự do trở lại sách Nguyễn Mạnh Côn, Vũ Khắc Khoan, Nghiêm Xuân Hồng, Võ Phiến, Dương Nghiễm Mậu, Lê Tất Điều... Nhà văn

---

20 **Trần Doãn Nho,** Việt Nam Cộng hòa lừng lững đi vào lòng đất nước

21 *"Từ chỗ bị phê phán gay gắt, bị loại bỏ, cấm phổ biến, văn học miền Nam dần dần đã được coi là một bộ phận không thể tách rời của văn học Việt Nam, được xuất bản và nghiên cứu nghiêm túc. Nhiều tác giả (nhà văn, nhà phê bình) miền nam xuất hiện trở lại trong đời sống văn học đương đại, nhiều tác phẩm (sáng tác, nghiên cứu, phê bình, văn học sử) được in lại và được bạn đọc ghi nhận"* (Báo Nhân Dân). *"Sự tiếp xúc với Văn học miền Nam trước 1975 đã tạo bước ngoặt quyết định về khuynh hướng tư tưởng cho không ít tác giả của nền văn học "chính thống" miền Bắc. Tinh thần tự do, nhân bản và cách tân của nó đã dần dần "tẩy rửa" thói quen "tự kiểm duyệt" và "phục vụ chính trị", giáo điều "hiện thực xã hội chủ nghĩa"* (Nhà thơ Hoàng Hưng tại quốc nội trả lời Phỏng Vấn của Diễn Đàn Thế Kỷ).

22 Sau gần 3 tháng thi công ngày 09.01.2016, Đường Sách Nguyễn Văn Bình chính thức được khai trương. Chỉ với con đường nhỏ chiều dài 144 m, lòng đường 8 m, hai bên vỉa hè rộng 6 m, với thiết kế một bên là 20 gian hàng sách, một bên là café sách và khu triển lãm.

Nguyễn Thị Thuỵ Vũ sau ngót nửa thế kỷ sống ẩn dật, nay ở tuổi 80 đã có mặt trên Đường Sách ngày 19.03.2017 để ra mắt một loạt 10 tác phẩm của bà mới được NXB Phương Nam tái bản.

Điểm đáng ghi nhận là hai đầu Đường Sách Nguyễn Văn Bình là tấm bảng hiệu và bức tượng điêu khắc Cô Gái bên trang sách và Suy ngẫm nơi cuối Đường Sách tiếp giáp với đường Hai Bà Trưng – hai tác phẩm được tuyển chọn từ Trại điêu khắc quốc tế TP.HCM. Tấm bảng hiệu uy nghi cao hơn đầu người với hàng chữ: *"Không Cần Phải Đốt Sách để phá huỷ một nền văn hoá, Chỉ Cần Buộc Người Ta Ngừng Đọc mà thôi."*[sic]Tác giả câu nói ấy được ghi là của Mahatma Gandhi nhưng thực ra là câu viết của nhà văn Ray Douglas Bradbury [23].

Điêu khắc Cô gái bên trang sách

---

23 "The problem in our country isn't with books being banned, but with people no longer reading. Look at the magazines, the newspapers around us – it's all junk, all trash, titbits of news. The average TV ad has 120 images a minute. Everything just falls off your mind… **You don't have to burn books to destroy a culture. Just get people to stop reading them."**

Chỉ mấy điều này thôi cũng đủ nói nên văn học của Sài Gòn xưa đã phục hồi và đang như từng đợt sóng vỡ bờ tuôn chảy vào đầu óc dân Việt và tiếp tục sẽ chảy mãi không ngừng .

Tấm bảng hiệu (Hình Ngô Thế Vinh)

Đường bán sách Nguyễn văn Bình

Sự thất trận của văn hóa xã hội chủ nghĩa trên mặt

trận giấy bút đã chứng minh bạo quyền có thể đốt sách, giết nho nhưng không thể dập tắt được tiếng nói của tâm não, những ước vọng tự do đã thấm sâu vào tim gan, não trạng của con người. Chiến thắng đó là chiến thắng của sức mạnh tự do, và cũng sức mạnh này đã thúc đẩy văn nhân Việt vượt biển đến tỵ nạn cộng sản tại Montreal.

Trận địa trong *"âm thanh"*

Thi nhạc là tiếng nói của con tim, là những ước mơ của tâm hồn. Song song với cuộc viễn chinh đốt sách bắt nho, Đảng hủy diệt kho vũ khí ca nhạc cùng với kho vũ khí văn học với phương pháp trấn áp cổ điển là tịch thu, cầm tù, phá hủy, cắt hộ khẩu để bịt được tiếng nói con tim (thi, ca) của người dân miền Nam.

Tất cả các bản nhạc in hoặc thu vào băng nhựa của miền Nam đều được liệt vào loại *"nhạc vàng của đế quốc Mỹ và tay sai"*, cấm lưu hành, phải xé đốt, hủy bỏ, ai lưu giữ sẽ có tội. dòng nhạc này bị cấm trên các phương tiện truyền thanh truyền hình và bị gán thêm nhãn chính trị là *"nhạc phản động"* hoặc *"đồi trụy"*, *"ru ngủ"*, không thể hiện được con người xã hội chủ nghĩa tư tưởng như tinh thần cộng đồng, yêu lao động. Các kịch bản hay các vở tuồng cải lương, hát bộ v.v… cũng bị duyệt xếp loại lại.

Trong trận chiến *"Âm thanh"*, nhà Nước chỉ đạt được chiến thắng bịt miệng con tim miền Nam trên bình diện trình diễn công khai, chính thức trước công chúng mà thôi. Nhân dân Sài Gòn cũng như trên toàn quốc vẫn nghe nhạc vàng, nhạc lính VNCH như tiếng nói con tim nhân bản của văn hóa Việt Nam Cộng Hòa xưa kia.

Muốn biết người cộng sản thất trận văn hóa trong âm thanh như thế nào thì chúng ta hãy nhìn người lính văn hóa trong các nhạc hội (*Live show)* và phòng trà tại Việt Nam.

Sau năm 1990, nhiều ca sĩ xưa kéo nhau trở về trình diễn như Thanh Lan, Vũ Thành An, Khánh Ly, Phạm Duy... Ngày 2-2-2011, tại nhà Hát Lớn Hà Nội, hàng ngàn người đến nghe Tuấn Vũ, Hương Lan từ hải ngoại về trình diễn nhạc vàng trong 10 show cháy vé sau đại lễ Một Ngàn Năm Thăng Long.

Bảng quảng cáo Chế Linh và Khánh Ly tại Hà Nội

Một thí dụ điển hình khác là *"Live show"* của ca sĩ Chế Linh tại Mỹ Đình – Hà Nội vào cuối năm 2011. Tấm ảnh quảng cáo live show *"Huyền Thoại Dòng Nhạc Tình* (nhạc Vàng*)"* của Chế Linh đủ nói nên bằng cả ngàn chữ về quân phục VNCH cùng nhạc *"Vàng"* đã ngang nhiên đi vào giữa thủ đô Hà Nội[24].

---

24 Lên mạng bấm vào «*nhạc cấm*» mới thấy «*nhạc lính cộng hòa*» rất được yêu mến qua dọng hát Chế Linh, Duy Khánh, Tuấn Vũ, Trường Vũ... với những ghi chú: *Những ca khúc nghe tê tái, Nhạc lính gây nghiện. Album Lính xa nhà Trường Vũ (ông hoàng nhạc vàng), Nhạc lính bất hủ*

Tết Mậu Tuất 2018, đêm nhạc «Góp lá mùa xuân» ngày 22/1/2018 tại nhạc viện TH HCM, bài ca của Vũ Thành An, Từ Công Phụng, Lê Uyên Phương, Trịnh Công Sơn vang lên như thuở nào cùng với Khánh Ly. Ngày 6/1/2018, nhà hát Hòa Bình Sài Gòn, nhạc vàng rung động lòng người qua giọng ca của ca sĩ Thanh Tuyền, Giao Linh, Phương Dung, Họa Mi, Hương Lan.

Lịch sử văn hóa thế giới đã chứng minh trong văn học thành văn, mọi sáng tác tự bản thân nó có giá trị nghệ thuật, tư tưởng nhân bản, tự do, không lệ thuộc chính trị đương thời, đều có thể bị các chế độ chính trị độc tài như thời Tần Thủy Hoàng đốt phá phần hữu hình nhưng không thể hủy diệt được phần vô hình là tư tưởng của đầu óc và tiếng nói của con tim. Từ nguyên lý này mà văn học miền Nam đã sống lại sau khi bị đốt, cấm, bị lên án sau ngày 30/4 và làm cho chúng ta nhớ lại câu thơ của Đỗ Phủ:

"Văn chương thiên cổ sự
Đắc thất thốn tâm tri"

(Văn chương là sự nghiệp muôn đời
Được hay mất chỉ tấc lòng biết thôi)

Đến năm 1986, văn hóa Sài Gòn đã đánh bại văn hóa XHCN và biến cộng sản từ chiến thắng quân sự thành kẻ thất bại trên mặt trận văn hóa. Các văn nhân của văn hóa Sài Gòn gánh chịu hậu quả của nội chiến văn hóa như thế nào?

---

nghe là nghiện, nghe trời ơi muốn khóc, người nghe chết lặng con tim, buồn tê tái chấn động triệu con tim, bạn chết lặng khi nghe ca khúc này,

1. Chiến sĩ văn hóa bị kẹt lại.

Sau ngày 30/4/1975, những người văn nghệ sĩ Sài Gòn bị gọi đến Toà Đại Sứ Đại Hàn (đường Nguyễn Du) đăng ký tên tuổi, địa chỉ. Sau khi có danh sách đầy đủ của văn nghệ sĩ thì chiến dịch bắt bớ văn nghệ sĩ khởi sự từ đêm 2-4-1976 đến đêm 8-4-1976, rồi ngừng lại. Mãi đến 28-4 mới bắt thêm một số nữa đi tù dưới hình thức đi cải tạo[25].

2. Chiến sĩ văn hóa ra đi tỵ nạn

Các văn nhân Việt Montreal hiện nay xuất xứ từ các chiến sĩ văn hóa Sài Gòn. Các văn nhân tỵ nạn cộng sản đã trải qua một thời kỳ vừa phải hội nhập với xã hội mới, vừa làm thơ, viết truyện **kéo dài văn hóa Sài Gòn** tại Montreal. Để kỷ niệm 50 năm kéo dài văn hóa Sài Gòn, cuốn sách Văn Nhân Việt Montreal sẽ giới thiệu với đồng hương chân dung các chiến sĩ văn hóa trong cái phần kéo dài văn hóa Sài Gòn như vua Phiếm Song Thao, nhà thơ Luân Hoán, Hoàng Xuân Sơn, Trang Châu các nhà văn như Võ Kỳ Điền, Tiểu Thu, các nhà biên khảo như Phạm Hoàng Hộ, Lê Hữu Mục, Thái Công Tụng, Lạp Chúc Nguyễn Huy, Nguyễn Văn Lục, Khiếu Đức Long…

25 Chết vì ngục tù như thi sĩ Vũ Hoàng Chương, nhà văn Nguyễn Mạnh Côn; bị tù như nhạc sĩ Nguyễn Văn Đông, văn sĩ Dương Nghiễm Mậu, Duyên Anh…

GIAI ĐOẠN 2

KHÚC NỐI DÀI VĂN HÓA SÀI GÒN

Các văn nhân tỵ nạn cộng sản đến định cư tại Montreal tạo nên một khúc nối dài của văn hóa Sài Gòn. Đó là các văn nhân tỵ nạn cộng sản thuộc thế hệ 1:

Văn/thi sĩ : *Song Thao, Luân Hoán, Trang Châu, Hoàng Xuân Sơn, Lưu Nguyễn,Tôn Thất Tuệ, Nguyễn Bá Dĩnh,Nguyễn Hải Bình, Võ Kỳ Điền, Hồ Đình Nghiêm, Tiểu Thu, Hải Phong*

Biên Khảo : *Phạm Hoàng Hộ, Lê Hữu Mục, Nguyễn Văn Trung, Nguyễn Khắc Ngữ, Thái Công Tụng, Lạp Chúc Nguyễn Huy, Nguyễn Văn Lục, Khiếu Đức Long, Nguyễn Kiến Thiết, Lâm Văn Bé, Lê Quốc, Thái Việt,*

Báo chí, đặc san

TRANG VĂN / THI SĨ

SONG THAO

Song Thao

Nhà văn Song Thao và nhà thơ Luân Hoán là hai cậy *"đại thụ văn hóa"* của Montreal. Danh tiếng và số lượng sáng tác của hai Anh đã vượt khỏi ranh giới Montreal.

Song Thao tên thật là Tạ Trung Sơn, sanh ngày 1 tháng 8 năm 1938 tại Hà Nội.

Học Trung Học Dũng Lạc (Hà Nội), Chu Văn An (Saigon), Đại Học Văn Khoa Saigon.

Tốt nghiệp Cử Nhân Văn Khoa, 1964.

Đời sống văn hóa trên quê hương

Từ 1959 đến 1975 cộng tác với các nhật báo, tuần báo, bán nguyệt san, nguyệt san tại Saigon: Văn Học, Thời Nay, Thời Việt, Đời Nay, Tìm Hiểu, Thăng Tiến, Con Ong.

Đời sống văn hóa tại Montreal

Định cư tại Montreal từ năm 1985.

Bài viết trên các tạp chí: Phố Văn, Làng Văn, Nắng Mới, Sóng Văn, Văn Học, Văn, Hợp Lưu, Thế Kỷ 21, Wordbridge, Sống.

Truyện đã xuất bản:

- Bỏ Chốn Mù Sương, Kinh Đô, Houston, 1993

- Đong Đưa Cuộc Tình, Ngày Nay, Houston, 1996

- Còn Đó Bóng Hình, Văn Mới, Los Angeles, 1997

- Chân Mang Giày Số 6, Văn Mới, Los Angeles, 1999

- Cuối Ngày, Một Lần Ngồi Lại, Văn Mới, Los Angeles, 2001

- Bên Lưng Những Con Chữ, Văn Mới, Gardena, 2003

- Chốn Cũ, Nhân Ảnh, Toronto, 2006

- Dấu Chân Lang Bạt (Tập I), Nhân Ảnh, Toronto, 2016

- Dấu Chân Lang Bạt (Tập II), Nhân Ảnh, Huntington Beach, 2022

- Song Thao & Bè Bạn, Nhân Ảnh, Huntington Beach, 2024

Phiếm

Nói đến Song Thao là nói đến Phiếm trải rộng trong 32 cuốn và phủ trên mấy ngàn trang giấy. Trước tầm vóc đồ sộ cả về phẩm lẫn lượng của Phiếm mà độc giả tôn anh là Vua Phiếm, Thần Phiếm, Phiếm chủ.

Toàn bộ sáng tác của Song Thao

Định nghĩa Phiếm

Phiếm 泛 nghĩa là "trôi nổi linh đinh, không thiết thực, không chuyên một việc" (Đào Duy Anh).

Phiếm là viết chung chung, bông lông, phù phiếm, qua loa: 泛論 Bàn rộng; 泛指 Chỉ chung.

Nói phiếm, không chuyên chỉ vào một sự gì gọi là phiếm luận 泛論 bàn phiếm, phiếm bạc.

Nghệ thuật viết phiếm là một loại nghệ thuật riêng biệt, không ai giống ai, giống như cái duyên dáng của một người kể chuyện vui vậy.

Cách viết Phiếm của Song Thao.

Đề tài. Thường nghĩ viết Phiếm là viết lan man, chuyện này sang chuyện khác với lời văn dí dỏm, duyên dáng mang lại một nụ cười cho độc giả. Song Thao cũng viết Phiếm như vậy, nhưng nội dung Phiếm của Song Thao:

- Chứa thêm cảm xúc từ cái nhìn cảnh sống ngay trước mắt, tâm lý của các nhân vật,
- Chứa đầy sự hiểu biết uyên bác, văn, thơ trích dẫn tư liệu khoa học, xã hội, văn chương, tôn giáo... khiến nụ cười Phiếm đôi khi làm chúng ta suy nghĩ.

Tác giả lấy con người làm đề tài chính, chẳng hạn các cơ phận trong thân thể con người rồi đến tính nết, thói quen, tài cao, tật xấu, nhất nhất khía cạnh nào trong Phiếm của Song Thao cũng dính dáng đến con người. Bởi lẽ Phiếm nguyên thủy của nó là những chuyện của con người với cái nhìn của con người qua nghệ thuật vừa nói chơi vừa nói thiệt, vừa cười giỡn vừa nghiêm túc, vừa bình dân vừa bác học về *"đủ mọi thứ ở trên đời"*: cà phê, rượu, bia, phôn tay, vợ chồng, quảng cáo, thuốc lá, đàn ông, tóc, răng, tiền, xe đạp...

Văn phong

Cười cợt một cách thanh tao.

Giọng văn trong Phiếm của Song Thao có cái nét riêng với cách dùng chữ vừa như nghiêm trang mà trào lộng, vừa như giỡn chơi mà mạnh mẽ, quyết liệt. Chính nhờ cái chất dí dỏm ấy đã làm cho các câu chuyện mà ông kể như có thêm chút duyên ngầm. Giọng văn Song Thao rất thanh nhã nhẹ nhàng ngay khi **Ông Ấy viết cái Ấy**: *"Hai cô du khách tuổi choai choai tới thăm Bảo Tàng Viện Louvre ở Paris. Họ đứng ngắm say mê bức tượng Apollon nổi tiếng. Những bắp thịt cuồn cuộn trên tượng tỏa ra sức trai cường tráng. Tượng chỉ mặc có mỗi chiếc lá nho ở ngã ba tình. Một cô, vẻ tiếc rẻ, nói với cô bạn : Sao mình không tới đây vào mùa thu nhỉ"*

Tựa trong Phiếm

Điểm đặc biệt của Phiếm là hầu hết tên các đầu bài chỉ có một chữ[26] như: *Bia, Cầy, Chó, Cởi, Con, Đánh, Đạn, Đì, Đũa, Già, Tiền ...*

Tấm thảm treo tường

Vì Phiếm của Song Thao có cả ngàn chuyện rất thú vị lôi cuốn người đọc nên muốn thưởng thức được Phiếm của Anh, tôi phải tưởng tượng hình ảnh Anh viết Phiếm như Anh thêu cả ngàn bông hoa Phiếm trên một tấm thảm treo tường. Mỗi lần đọc Phiếm cho đời thêm nụ cười Phiếm thì tôi chỉ đọc vài ba bài Phiếm thôi để có thể nhìn thấy được

---

26 Một số ít bài có tên hai chữ, như : *Âm Dương, Cà Phê, Cõi Tạm, Đàn Ông, Phôn Tay, Thuốc Lá...*

vẻ đẹp, nét duyên dáng của bông hoa Phiếm thêu trên tấm thảm.

Nhìn vào tượng đài văn hóa Việt Montreal đang được xây dựng mà không khỏi giật mình vì hoa mắt bởi 32 tác phẩm Phiếm trông giống như viên gạch khổng lồ nằm trên khúc nối dài văn hóa Sài Gòn tại Montreal.

Song Thao và Lạp Chúc Nguyễn Huy (trái)
Hình V.H ngày 6/12/2024

LUÂN HOÁN

Tiểu sử

Nhà thơ Luân Hoán : Tên thật Lê Ngọc Châu, bút hiệu khác: Châu Hải Châu, Cự Hải, Lý Phước Ninh, Trần Gia Nam, Lê Bảo Hoàng, Hà Khánh Quân... Sinh ngày 10 tháng 1 năm 1941 tại thị xã Hội An, Quảng Nam.

Tốt nghiệp khóa 24 Sĩ quan Trừ Bị Thủ Đức, giải ngũ

năm 1969, sau khi để lại chiếc chân trái tại mặt trận Mộ Đức, Quảng Ngải vào cuối năm 1969. Nghề tay phải: tham sự ngân hàng VNTT, Đà Nẵng.

Sau 1975, sống nhiều tháng trong trại học tập cải tạo

Từ 02.02.1985, định cư Montreal theo chương trình O.D.P,

Thành lập nhà xuất bản Nhân Ảnh tại Canada,

Hiện Chủ biên Tạp chí Ngôn Ngữ tại Hoa Kỳ từ 2019.

Trang chủ website Vuông Chiếu từ ngày 19-3-1999 đến 02 tháng 8 năm 2024

Tác phẩm trước 1975 thuộc văn hóa Sài Gòn

Về Trời, NXB Văn Học, Sài Gòn, 1964; Trôi Sông, NXB Văn Học, Sài Gòn, 1966; Chết Trong Lòng Người,NXB Ngưỡng Cửa, 1967; Viên Đạn Cho Người Yêu Dấu,NXB Thơ, 1969, tái bản, 1995; Hòa Bình Ơi Hãy Đến,1970; Nén Hương Cho Bàn Chân Trái, 1970, với nhiều bạn văn; Thơ Tình (in cùng Khắc Minh), NXB Thơ, 1970; Ca Dao Tình Yêu, NXB Thơ, 1970; Lục Bát Ca (in cùng Khắc Minh), NXB Thơ, 1970; Rượu Hồng Đã Rót (cùng Lê Vĩnh Thọ, nhạc Vĩnh Điện), NXB Thơ, 1974; tái bản, 1995.

Tác phẩm thơ văn nối dài văn hóa Sài Gòn tại Montreal

Thơ

Hơi Thở Việt Nam,NXB Sông Thu, Hoa Kỳ, 1986; Ngơ Ngác Cõi Người ,NXB Nhân Văn, Hoa Kỳ, 1989; Đưa Nhau Về Đến Đâu, NXB Sông Thu, 1989; Cảm Ơn Đất Đá

Trổ Thơ Lòng Ta Hạt Bụi Vu Vơ Bám Hoài, NXB Kinh Đô, Hoa Kỳ, 1991; Mời Em Lên Ngựa, NXB Sông Thu, Hoa Kỳ, 1994; Nuôi Thơm Chùm Kỷ Niệm Xanh, NXB Thơ, Canada, 1995; Cỏ Hoa Gối Đầu NXB Sóng Văn, Hoa Kỳ, 1997; Sông Núi Cùng Người Thơm Ngát Thơ, NXB Thơ, Canada, 2002); Ổ Tình Lận Lưng (600 trang, NXB Nhân Ảnh, 2007; Em Từ Lục Bát Bước Ra, trường ca, NXB Nhân Ảnh, 2008; Thanh Thi NXB Thư Ấn Quán, 2011; Thơ Thơm Từ Gốc Rễ Tình,NXB Nhân Ảnh, 2014; Khói Cuối Nguồn Hương,NXB Nhân Ảnh, 2016. 568 trang; Ngao Du Cùng Vũ Khí NXB Nhân Ảnh, 2016; Liên Hoa Thi,NXB Nhân Ảnh, 2019; Ba Hoa Huê Tình,NXB Nhân Ảnh, 2020; Tâm Chân Dung, NXB Nhân Ảnh 2021; Hương Ảo Cõi Hương, NXB Nhân Ảnh, 2021, 435 trang; Nhánh Tình Thời Chưa Mê Gái, NXB Nhân Ảnh, 2022; Tay Chạm Vai Gần, NXB Nhân Ảnh 2024; Nỗi Nhớ Nhà Từ Montréal, NXB Nhân Ảnh, 2024.

Văn

Quá Khứ Trước Mặt (hồi ký), NXB Nhân Ảnh, 2006; Dựa Hơi Bè Bạn 1, NXB Nhân Ảnh, 2006; Dựa Hơi Bè Bạn 2, NXB Nhân Ảnh, 2007; Theo Gót Thơ 1, NXB Nhân Ảnh, 2010; Tác Giả Việt Nam (sưu tập, dùng bút danh Lê Bảo Hoàng) NXB Sóng Văn, Hoa Kỳ, 2005 (Nhân Ảnh tái bản 2006, 2017, 2020); Theo Gót Thơ 2 (dùng bút hiệu Hà Khánh Quân), NXB Nhân Ảnh, 2017; Đường Chữ Sau Lưng (hồi ký), NXB Nhân Ảnh, 2020.

Sách viết về Luân Hoán:

Chân Dung Thơ Luân Hoán (nhiều tác giả), NXB Kinh Đô, Hoa Kỳ, 1991 : Luân Hoán, Một Đời Thơ (nhiều tác giả), NXB Sông Thu, 2005; Đọc Nhịp Thở Luân Hoán (nhiều tác giả), NXB Nhân Ảnh, 2014; Gặp Luân Hoán Trong Đời Sống Thơ (nhiều tác giả), NXB Nhân Ảnh, 2022.

Thực hiện» Các Tuyển tập, Tác phẩm: Cùng Khánh Trường, Nguyễn Vy Khanh thực hiện bộ Văn Học Việt Nam Hải Ngoại 1975 - 2019 (gồm 7 cuốn). Cùng Lê Hân… thực hiện các tuyển tập: Thơ Việt Đầu Thế Kỷ 21 (thơ, 155 tác giả, 820 trang), NXB Nhân Ảnh, 2018; Tình Nghĩa Mẹ

Cha (thơ, 167 tác giả, 532 trang), NXB Nhân Ảnh, 2020; Tình Thơ Mùa Thu, (118 tác giả, 624 trang) NXB Nhân Ảnh 2020; Tình Thơ Mùa Xuân (149 tác giả,614 trang) NXB Nhân Ảnh, 2022; Tình Thơ Quê Hương (133 tác giả 634 trang), NXB Nhân Ảnh, 2023, Tuyển tập Truyện Ngắn Chọn Lọc (75 tác giả, 608 trang) NXB Nhân Ảnh 2023[27].

Bút pháp

Bút pháp của anh vững vàng, nhuần nhuyễn, thong dong, xuôi suốt ở thể 7, 8 chữ mềm mại, nhẹ nhàng ở thể lục bát cô đọng, tự nhiên ở 5 chữ. Thơ của anh dồi dào hình ảnh, màu sắc với giọng giản dị đôn hậu, hay đưa tục ngữ vào thơ, đánh thức được xúc cảm của người đọc.

Cảm nhận thơ Luân Hoán.

Thơ Luân Hoán viết về nhiều đề tài, nổi bật hơn cả là đất nước, chiến tranh, tuổi mới lớn, tình yêu và bằng hữu thân phận con người và tình yêu quê hương, đặc biệt là tình yêu đôi lứa. Và có một nỗi đớn đau bàng bạc đằng sau những dòng thơ về người lính, về chiến tranh ngày xưa và đời sống tha hương bây giờ.

Nhà thơ Đỗ Qúy Toàn: *thơ Luân Hoán là những khắc khoải, ưu tư của ông trong cuộc đời lưu cư ... ông cảm thấy lạc lõng giữa cõi sống trắng đem vàng lẫn lộn, vội vã đời ngược xuôi.*

Thái Tú Hạp: *Thơ của ông, ngay cả những bài thơ tình rất ít ỏi, luôn luôn là một tiếng thơ buồn, uất nghẹn, là những ấm ức, những phẫn nộ, những đắng cay và những kinh hoàng của*

---

27 Ghi chú: các tác giả trong nước và cư ngụ trên nhiều quốc gia góp mặt, sách in bìa cứng và bìa mềm, có trên thư viện Hoa Kỳ,

một nhân chứng lịch sử đen tối nhất của thời đại

Nhà thơ Phan Xuân Sinh: *"Ta có cảm tưởng anh làm thơ dễ dàng như lấy đồ trong túi… anh đùa với thơ ở bất cứ hoàn cảnh nào."*

Nhạc sĩ Nguyễn Văn Thơ: *"Thơ anh không trau chuốt, gọt giũa nhưng lại đầy sức sống, truyền cho người xem nhiều rung cảm… Nhờ tính chất chân phương này nên thơ Luân Hoán mang rất nhiều nhạc tính (musicalité)."*

Hai mảnh quê hương

Mảnh quê hương được cộng sản gieo rắc là:

-Thù hận, là *"đập đá núi lấp cho đầy trí não, xây thành cao bằng ánh mắt căm hờn"*

- Cơ cực, là *" một hạt cơm cõng mấy hạt bo bo, nước rau muống có làm em đỡ ngẹn, đời đang vui sao nét mặt buồn xo?"*

- Nỗi đau đớn của một kẻ lạ mặt ngay trên chính xứ sở mình *"giữa quê nhà sao nghe sao nghe quá bơ vơ?"*

- Không còn bình an cho những người đã chết: ..." *mẹ có biết con về đào mã mẹ theo chủ trương, đúng chính sách đề ra, ruộng đất hẹp, đời đang cần hoa quả, hỡi qủi thần trả lại bãi tha ma ..."*

Mảnh quê hương của nỗi nhớ thương trong lòng Ông

Tập thơ Nỗi Nhớ Quê Nhà Từ Montreal là những trang hồi ký nỗi buồn đau của Luân Hoán và của cả những thân phận lưu đày như chúng tôi. Nhà thơ, trong cái nhớ da diết về quê nhà, không chỉ hồi tưởng về những địa danh thân thương mà còn soi chiếu vào chính tâm can mình, nhận ra sự mong manh của đời người và sự bền bỉ vô thủy vô chung của tình yêu quê hương, dù cách trở muôn trùng.

Nhớ gì về thơ của Ông?

Gần bảy mươi năm cầm bút, số lượng tác phẩm giá trị về cả nội dung lẫn nghệ thuật của Ông là một viên gạch thơ kéo dài nhất trong phần nối dài văn hóa Sài Gòn tại Montreal.

Nhớ đến Ông là nhớ đến những vần thơ quá hay như:

Cám ơn đất đá trổ thơ
Lòng ta hạt bụi bơ vơ bám hoài

Người tôi yêu ở tứ tung
Nhưng sao chẳng thấy một người yêu tôi.

" mỗi lần sắp sửa yêu ai
tự nhiên mặt mũi tóc tai lạ lùng
tưởng như có triệu vi trùng
ngo ngoe đòi được nhớ nhung với mình "

(Triệu Chứng - ĐNVĐĐ)

Một thời văn hóa Montreal

Vào thời gian 1980-1995, văn nghệ Montral rất khởi sắc chỉ đứng sau Little Sài Gòn. Đỗ Quý Toàn, Trang Châu, Nguyễn Đông Ngạc, Hồ Đình Nguyên, Hoàng Xuân Sơn, Lưu Nguyễn, Bắc Phong, Luân Hoán ... thường xuyên gặp nhau ăn nhậu, ra mắt sách thơ đều đều nhờ độc giả rất nhiệt tình, trí thức, lịch thiệp. Bài viết xuất hiện thường xuyên trên tạp chí văn nghệ Cali như Văn, Văn học, Hợp

Lưu, Thế kỷ 21. Montreal đón tiếp nhiều văn nghệ sĩ phương xa như Du Tử Lê, Nguyễn Ngọc Ngạn, Kiệt Tấn.

Từ trái: Phan Ni Tấn, Hoàng Chiều Nhân, Song Thao, Trương Vũ, Võ Kỳ Điền, Hồ Đình Nghiêm, Luân Hoán.
(Montréal, 11/2012)

TRANG CHÂU

Từ năm 1970, nhà văn/thi sĩ Trang Châu đã nổi tiếng sau khi cuốn Y Sĩ Tiền Tuyến (bút ký) đoạt giải Văn Học Nghệ Thuật năm 1969.

Ông, sĩ quan quân y trong binh chủng Nhảy Dù, là biểu tượng tình thương và oai hùng của quân lực VNCH.

Rồi ở hải ngoại, nhiều người vượt biển biết đến Ông với cuốn bút ký Về Biển Đông kể lại hành trình của Ông trên tầu Mary Kingstown đi tìm kiếm vớt người tỵ nạn cộng sản trên biển Đông.

Qua tầm hoạt động văn hóa trên thế giới với tư cách chủ tịch văn bút Quebec và thế giới khiến con người Ông rất quen thuộc trong giới văn thi sĩ Montreal.

Trang Châu tên thật Lê Văn Châu, sinh ngày 28 tháng 3 năm 1938 tại Huế.

Theo học tại các trường Pellerin, Thiên Hựu (Huế), Yersin (Đà Lạt).

Tốt nghiệp Y khoa năm 1965.

1966-1971: bác sĩ quân y, phục vụ trong binh chủng nhảy dù,

Trước 1975

Trang Châu cộng tác với các tạp chí: Tiền Phong, Khởi Hành, Văn Học…

Tác phẩm đã xuất bản:

Tình Một Thuở (1964),

Y Sĩ Tiền Tuyến (bút ký), Đường Sáng xuất bản năm 1970, đoạt giải Văn Học nghệ Thuật Toàn Quốc, bộ môn Văn, năm 1969.

Sau 1975

Thơ Trang Châu, NXB Thi Cầm, 2007

Về Biển Đông (bút ký), Tổ hợp xuất bản miền Đông Hoa Kỳ, 1995

Dì Thu (tập truyện), 2000, tái bản 2013

Thơ tuyển 2007

Người ăn trưa trong xe (tập truyện), NXB Thi Cầm,

2013

Tác phẩm sắp in hiện nay: Góp Nhặt (thơ, văn)-Tác phẩm dịch: Nhà tiên tri (Le prophète) của Khalil Gibran-Thơ Jacques Prévert (tuyển dịch).

Sau 1975

Tỵ nạn tại Montréal, Québec, Canada từ tháng 5/1975. Trở lại nghề Y từ tháng 9/1977. Nghỉ hưu từ tháng 3/2016. Từ tháng 6 năm 1987 cho đến nay, Chủ tịch hội Văn Bút Việt Nam Hải Ngoại tại Canada, trung tâm Quebec và ông được bầu làm chủ tịch Văn Bút Việt Nam hải ngoại (trên toàn thế giới) một nhiệm kỳ. Từ tháng 5-1987 đến nay Văn Bút đã có 10 buổi mạn đàm do các văn hữu trong cũng như ngoài Văn Bút lần lượt thuyết trình.

Người đọc thơ Ông

Chung tình với thơ, với bạn văn nghệ chơi hết mình như anh đã từng viết:

Tôi thuộc loại lang
Treo bằng cấp dưới đất
Ấp ủ thơ trong lòng.

Nhà thơ Đỗ Quý Toàn ghi nhận, cõi giới thơ Trang Châu rất hiền. Tôi muốn thêm, cái hiền của thơ họ Lê là cái hiền hậu đi ra từ một trái tim mà chân thực là bản chất, là máu huyết của ông, dù ở nơi nào, trong hoàn cảnh nào, ra sao…

Nhà văn Võ Kỳ Điền về thơ Trang Châu: *"có một tình yêu rất lớn, thiệt lớn mà tác giả say mê hơn tất cả mọi thứ say mê, đó là cái Tình yêu quê hương đất nước"*.

Ngay cả đối với kẻ thù, trái tim *'lương y như từ mẫu"* của Ông thoát ra những câu thơ sau:

Giọt nước mắt kẻ thù

Nó bị thương
Bị bắt sống.

....

Tôi đọc nét hờn căm
Trên những khuôn mặt đồng đội.
Mọi người đòi giết nó
Tên du kích vùng khốn nạn
Gài lựu đạn lùm cây, bờ ruộng
Giết những người bắt cá, mò tôm.

Nó nằm chờ, nằm chờ
Tử thần.

Nhưng
Chỉ có bàn tay vuốt dịu căm hờn
Bàn tay băng bó vết thương
Bàn tay vỗ về an ủi.
Nó nằm chờ tử thần
Sững sờ bắt gặp tình thương
Đồng loại.
Đôi mắt sát nhân vụt bỗng hiền từ
Nhen hai dòng lệ nhỏ.

Trong cuộc chiến hôm nay
Cho tôi xin chiến đấu không hận thù
Xin những vết thương bình đẳng
Cho tôi đổi một trăm chiến thắng
Lấy một giọt nước mắt kẻ thù.

Người đọc văn Ông

Đọc truyện Trang Châu, người ta sẽ dễ dàng cảm thấy truyện rất thật, rất cuộc đời, như là một phiên bản thật thà của cuộc sống quanh ta. Chúng có cái hấp lực riêng níu kéo người đọc.

Nhà thơ Nguyễn Mạnh Trinh:"*Với lối viết giản dị, gần như không dụng công, "ý tưởng và cảm xúc đi thẳng vào hồn người đọc bằng những điều đơn sơ, bình thường nhưng gần cận với đời sống và thân mật với tâm linh*".

Nhà văn Mai Thảo viết: "... *Hạnh phúc và may mắn của một nhà văn mới lên đường như trường hợp Trang Châu là đi thẳng, đi ngay vào những thực tế lớn. Những thực tế nhỏ không chứng minh gì hết. Thực tế lớn bây giờ là tuyến đầu, là mặt trận, Trang Châu đã có mặt ở đó*".

Trên thực tế, khi đọc văn thơ Trang Châu là nghĩ đến cuốn Y Sĩ Tiền Tuyến (8 lần tái bản) trong đó nhất là những cựu binh sĩ như chúng tôi đều cảm thấy mình đứng chỗ nào đó trong cuốn sách đó.

Y Sĩ Tiền Tuyến là một tập ký, ghi nhận những điều trên chiến trường cùng với cảm nghĩ của một y sĩ theo chân một đơn vị Nhảy Dù hành quân. "*Tôi đã viết ra những điều mà nhiều người đã trải qua, nhưng không nói ra được, không tả ra được: Chiến tranh dưới cặp mắt một y sĩ. Tôi luôn luôngiữ ngòi bút trung trực. Viết về đơn vị mình, người viết thường dễ có khuynh hướng bốc thơm đơn vị mình. Tôi đã không làm điều đó và không áp lực nào có thể bắt tôi làm điều đó...*"

Văn bút ký của Trang Châu có nét buồn riêng. Và đặc biệt ngay cả khi viết về cảnh thu dọn chiến trường, chữa trị thương binh... vẫn không mang nét bạo lực nào. Văn dịu dàng, buồn như khi đất nước chứng kiến hình ảnh những đứa con trai bắn vào nhau, tìm giết nhau...

Thử đọc trích đoạn từ Y Sĩ Tiền Tuyến các trang 51-53, ấn bản tái bản lần thứ 8 năm 2013: "... *Cánh quân được lệnh di chuyển. Phải di tản thương binh theo. Chỉ có hai người đi được, ba phải dìu, hai phải khiêng cáng, một xác chết phải gánh theo. Một số binh sĩ được huy động giúp di tản.Tôi phụ khiêng cáng ông Thiếu Úy Toàn nằm. Trông ông co quắp, rên rỉ thật tội nghiệp… "Quần áo ướt đẫm làm tôi lạnh run. Súng vẫn nổ nhưng thưa và xa dần. Trời đã tối hẳn, mưa vẫn không ngừng. Chúng tôi khó nhọc theo đuôi toán quân. Bờ đê ruộng bùn trơn hết người này trợt chân đến người khác. Hết bờ đê đến một căn nhà sàn. Trạm cứu thương được chỉ định đóng đêm tại đó".*

Mấy chục năm sau đọc lại Y Sĩ Tiền Tuyến mà người lính cộng hòa chúng ta vẫn cảm thấy hình bóng mình ẩn hiện trong cuốn bút ký.

Muốn tìm lại thời gian đã mất của vượt biển đi tỵ nạn cộng sản thì đọc bút ký Về Biển Đông là thấy lại hình ảnh của mình khốn khổ giữa biển khơi vì nạn cộng sản.

Từ trái: Tùng Nguyên, Song Thao, Luân Hoán, Hoàng Xuân Sơn, Hồ Đình Nghiêm, Võ Kỳ Điền, Trang Châu, Phan Ni Tấn và các phu nhân. (Montreal, 9/2017).

HOÀNG XUÂN SƠN

Nhà thơ Hoàng Xuân Sơn có bút hiệu Sử Mặc, Hoàng Hà Tỉnh, Vô Định, sinh năm 1942 tại Vỹ Dạ Huế. Học tiểu học ở trường Lý Thường Kiệt, trung học Bán Công và Quốc Học Huế, đại học Văn Khoa Sài Gòn (ban triết) và Cao học Chính Trị Kinh Doanh. Làm việc ở bộ Giao Thông-Bưu điện, thuộc Tổng Cục bưu chính Việt Nam Cộng Hòa.

Thơ xuất hiện trên các tạp chí Văn, Chính Văn, Nghiên

Cứu văn Học, Khởi Hành, Thời Tập, Nhà văn …

Bắt đầu viết từ năm 1970 trên các báo Văn, Chính Văn, Diễn Đàn, Khởi Hành, Nghiên Cứu Văn Học, Đối Diện, Thân Hữu, Xây Dựng Nông Thôn, Ngưỡng Cửa, Nhà Văn...

Tại hải ngoại, thơ đăng trên các báo Làng Văn, Văn Học, Văn, Thế Kỷ 21, Chủ Đề, Sóng, Sóng Văn, Nắng Mới, Saigon Times, Hợp Lưu, Phố Văn, Gió Văn, Canh Tân, Đi Tới, tạp chí Thơ.

Sau năm 1975

Định cư tại Montreal từ tháng 11/1981

Cộng tác với đa số các tạp chí văn học ở hải ngoại và trên liên mạng

Góp mặt trong nhiều tuyển tập văn chương

Đã xuất bản :

- Viễn Phố (Thi tập), Việt Chiến, 1988 - tuyệt bản

- Huế Buồn Chi (Thi tập), Tự ấn hành, 1993

- Lục Bát Hoàng Xuân Sơn (Thơ), Thư Ấn Quán, 2004

- Cũng Cần Có Nhau, viết về sinh hoạt thanh niên, sinh viên giai đoạn 1965-1975 và sinh hoạt Quán Văn tại SàiGòn - Phóng bút, Nhân Ảnh,2013.

- Thơ Quỳnh (ebook – thi tập do T.Vấn & Bạn Hữu cùng tác giả phát hành), 2017)

* Thơ Quỳnh đã được Văn Học Mới (Hà Nguyên Du chủ trương) xuất bản và phát hành trên Amazon.com

* Tìm Dấu Thu An Trên Cung Khải Nguyên, thi tuyển Nguyên Xuân (San Phi - Hoàng Xuân Sơn)

Dự tính trong tương lai, in ấn và phát hành:

- CD Quỳnh Hương trình bày ca khúc của mười nhạc sĩ tiêu biểu.

- Ở Dạng Bản Thảo (Liên khúc thơ)

- Thơ Phiêu - Sử Mặc

- Lục bát HXS toàn tập

- Đóa Hồng Buồn Trên NgọnTháp Khô - Thơ tuyển liên mạng

- Thù Tạc (với bằng hữu)

- Tuyển tập Nhạc Ngoại Quốc Lời Việt, HXS phóng chuyển

- Lục Bát Nguyên Xuân (San Phi - Hoàng Xuân Sơn)

- Viễn Phố - Thơ tuyển HXS, tái bản

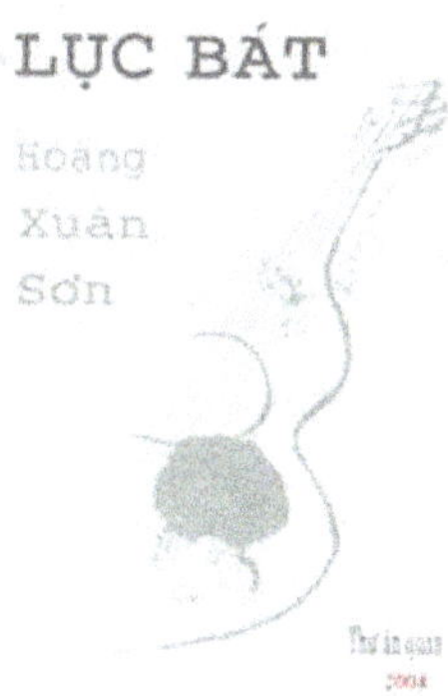

Giới thiệu Hoàng Xuân Sơn

Đã có rất nhiều bài viết về thơ của Anh trên báo chí và internet nhưng nay dùng 4 trang giấy giới thiệu Anh với đồng hương Montreal, chúng tôi chỉ muốn ghi lại 3 điểm đặc biệt trong thơ của Anh :

Đặc biệt về kỹ thuật,

Buồn

Tiếng thở dài.

Điểm đặc biệt về kỹ thuật làm thơ của Hoàng Xuân Sơn

Thơ Hoàng Xuân Sơn xuất hiện những từ ngữ địa phương lạ *chi mô, rứa tê, rất Huế* gây lạ, bất ngờ, và bằng cách xáo trộn cấu trúc câu[28],

Hoàng Xuân Sơn sáng tác nhiều thể-loại thơ năm chữ, bảy chữ, lục-bát, tự do đến cả Tân hình-thức. Thơ lục-bát biến thể của Hoàng Xuân Sơn ngắt nhịp bất ngờ, đa dạng, theo cảm xúc, khiến giàu nhạc tính và dễ đi sâu vào lòng người thưởng ngoạn thơ.

Một ngày / bút tự rong chơi
ngâm câu tự bạch / bỏ / đời thi thư

Cái buồn của Anh

Cũng như các nhà thơ khác sống lưu vong nơi xứ người *"Hoàng cũng nhớ nước, nhớ người, cũng đau sầu viễn xứ, trong thơ Hoàng cũng có rượu, có say, cũng có khi vỗ tay mà hát 'ngửa mặt nhìn trời đất hề'* (Họa sĩ Võ Đình). Trong những tình cảm chung đó của các nhà thơ thì thơ của Anh làm nổi bật cái Buồn đặc biệt Huế.

Buồn nhẹ thênh mà thường trực **day dứt, khôn nguôi, buồn trống trơn như không có gì**,

Buồn với tâm thức lưu vong, nỗi niềm xa xứ, nỗi xót xa ở đất khách với ray rứt giữa xứ người-quê nhà, bên ni nhớ bên tê:

Thơ buồn và vô vọng của Anh vẳng xa thành tiếng thở dài.

Ôi! Tiếng thở dài của Anh

Một người bạn bị đi tù cải tạo của cộng sản kể với tôi

28 Tất cả những lối sử dụng dấu chấm(.);phẩy(,);gạch ngang(-);gạch chéo(/)v.v. đều có dụng ý thay đổi tiết tấu, hình tượng, nghĩa ngữ của câu thơ, tạo cho người đọc một cảm giác khác,

rằng :"*Đêm khuya mà nghe bạn tù nào đó thở dài thì thật là đứt ruột, nát gan*". Đúng vậy, Tây nó đã nói " *Le soupir porte loin*".

Đọc thơ của Hoàng Xuân Sơn lâu lâu nghe được tiếng Anh thở dài thật là não nuột đứt ruột :

Nằm đây
xứ lạ quê người
Nhìn ra một thuở
đất trời chửa quen!
(Quê người, VP tr. 84)

Buồn trơ trụi mấy hàng cây
Về đâu chiếc lá của mùa thu xưa?
(Quê người, VP tr. 84)

Gửi về đâu nguồn cội
Sách vở buồn lênh đênh!
(Vô Thư, VP tr 35)

chiều chiều ngó xuống đường xe cộ
buồn ! nhớ ! chi mô, lạ rứa tề !
Thu Vàng Phố Cũ (HBC tr. 53).

Hoàng Xuân Sơn và Lạp Chúc Nguyễn Huy (trái)
Hình VH ngày 19/12/2024

LƯU NGUYỄN

Tiểu sử

Nhà thơ Lưu Nguyễn có tên thật là Nguyễn Thế Nghiệp, sinh ngày 5.8.1947 tại Quế Sơn, Quảng Nam. Từng học Đại học Văn Khoa Sài Gòn, tốt nghiệp Đại học Sư Phạm Sài Gòn.

Sau 1975 bị tù cải tạo tại K4 Long Khánh

Năm 1980, vượt biển đến định cư tại Montreal cùng với Vũ Ngọc Hiến chủ trương tạp chí Nắng Mới,

Chủ tịch Trung Tâm Văn Bút Quebec (1991-1993).

Tác phẩm

3 tập thơ:

Tri Âm, NXB Sông Thu, 1990,

Ngày Qua Rất Vội, NXB Nắng Mới, 1993

Trái Tim Người Biết Yêu, NXB Nắng Mới, 2009.

Cảm nhận thơ Lưu Nguyễn

Nhà văn Võ Kỳ Điền : "*Thơ Lưu Nguyễn phảng phất cái không khí ngày xưa. Cái thời của kẻ sĩ, của nhà nho…. Cái không khí đời Đường, đời Tống bàng bạc! Thế nào là mối tình cao quí? Tình vua tôi, tình cha con, tình vợ chồng, tình bè bạn…* "

Nhà thơ Luân Hoán khi viết lời tựa cho thi tập Tri Âm của Lưu Nguyễn :" *Viết gì cho một tập thơ tự nó đã dẫn dắt những độc giả của nó đến gặp được tác giả ?* ".

Với thân phận tỵ nạn phải sống hội nhập xã hội, nghề nhiệp với xứ người, sao chẳng có lúc cảm xúc bực dọc, quay cuồng với dòng đời xuôi ngược lẩn vào vần thơ. Các khó khăn của hội nhập văn hóa xã hội với xứ người tạo ra một bức tường vô hình giữa thi nhân và xã hội bên ngoài nên Anh cũng như nhiều nhà thơ khác quay về với quê nhà và các bằng hữu đang mong đợi. Sự quay về đó được phổ thành thơ trong *"Bài tạ lỗi"* (Tri Âm, trang 74-75)

Xin hiểu cho ta bạn bè thương mến
muốn rất nhiều nhưng sức chẳng bao nhiêu
xin đừng trách ta bạn bè thương mến
hào khí năm xưa bay mất tự bao giờ
tiếng sáo Cao Tiệm Ly vẫn chờ đưa tiễn
mà Kinh Kha mãi uống rượu ngâm thơ.

Thân phận xô dạt về Montreal, rồi cũng có lúc thẩn thờ, ngơ ngẩn :

- Mà ngâm câu thơ của Bắc Phong *"Bỗng thấy buồn man mác, Về đâu cũng tha phương"*,

- Mà phát tiết ra trong bài thơ *"Dấu hỏi buồn,"* (Tri Âm)

Bởi là ta nên cuối đời lẩn thẩn
trong mênh mông cứ đuổi bắt mệt nhoài
tìm trở lại chính mình, mình ngơ ngẩn
đêm buông rồi, bóng tối phủ hai vai

mắt vẫn mở sao không nhìn thấy bến
tay vẫn sờ mà có cũng như không
thực tại đó biết bao giờ mới đến
bởi vô cùng nên ngôn ngữ mông lung.

Thế rồi sau nhiều năm ở hải ngoại, quay cuồng với dòng đời xuôi ngược, tới lúc tự thấy như dường vô nghĩa, và nhà thơ như điên như cuồng, bực dọc, tự trách. Bài thơ *"Si Sân"* của Lưu Nguyễn ghi lại cảm xúc này:

sao ta bỗng chốc điên cuồng
bỗng say ngây ngất, bỗng buồn rứt ray
xứ người tay vẫn trắng tay
ngày qua ngày lại kéo cày nuôi thân
nuôi cho mập cái si sân
một đời như thể phù vân mây trời.
(Tri Âm, trang 84)

Giống như con người của Anh, thơ của Lưu Nguyễn diễn tả một cách **dịu dàng** những ray rứt, nhớ thương quê hương, bạn hữu, lúc vui lúc buồn, khi đắng cay, khi phẩn nộ.

Nhưng ẩn sâu trong tim nhà thơ vẫn là những Hội An, Đà Nẵng...những hình ảnh chàng mang theo đi xa và không thể mờ nhạt. Một bài thơ rất dài, nhan đề Hội An, những mùa Xuân tuổi nhỏ, ghi lời nhà thơ Lưu Nguyễn xót thương, khi ra đứng ngó đêm và đếm sao trời, trích:

Bạn bè xưa giờ đâu vắng cả
thằng đi cải tạo, thằng bôn đào
ta ngơ ngác giữa phố phường tàn tạ
đêm mịt mờ ta đứng đếm trời sao.
Thôi tạm biệt Hội An
những mùa Xuân tuổi nhỏ
thôi tạm biệt Hội An
thành phố buồn bỏ ngỏ
ta cúi đầu lặng bước nỗi mênh mang!
(Tri Âm, trang 44)

Hình ảnh quê nhà cũng là ký ức về người xưa. Thơ tình của Lưu Nguyễn chở theo những hình ảnh nhẹ nhàng nhưng rất mực thiết tha ,dùng chữ đơn sơ nhưng vô cùng lãng mạn, ghi lại ký ức lung linh nhưng cũng là lời trách móc đất trời sao để tìm nhau cứ mãi khó như mò kim đáy bể,bài thơ:Chiều Nội Thành của Lưu Nguyễn có những câu như:

Cứ mỗi hạ ta lại về với Huế
hy vọng mong manh một buổi tình cờ
em xuất hiện như chuyện tình em đã kể
những chuyện tình quanh chiếc nón bài thơ.
Mùa hạ đến, mùa hạ đi, cứ thế
phượng nở ,phượng tàn, em vẫn biệt tăm
dẫu đã biết là mò kim đáy bể
mà cớ sao chẳng thể cam tâm

(Trái Tim Người Biết Yêu, trang 21)

Và để kết, xin ghi lại hai câu thơ của Lưu Nguyễn cuối bài Đêm trăng Ngày Cũ trong thi tập Ngày Qua Rất Vội, để nhớ về một lời tỏ tình trong một đêm trăng ở quê nhà:

trăng vẫn sáng như đêm trăng ngày cũ
mà lời người đã vọng tự thiên thu.
(Trích: Đọc Thơ Lưu Nguyễn của Phan Tấn Hải).

Vì thế mà khi nhớ đến quê hương, bạn hữu mà bất ngờ nghe thấy những vần thơ nhẹ nhàng của Anh thì tâm trạng của nhiều người Việt tỵ nạn hiền lành, dễ thương sẽ bị khuấy động.

''Vào thời kỳ huy hoàng (1980-2000) của văn nhân Montreal, các nhà văn nhà Montréal vẫn thường tụ họp ở một quán cà-phê phường Côte-des-neiges thơ, nói năng linh tinh từ thiên địa bệnh hoạn thời tiết Tây đâm cho chí tới Mông-xừ khủng bố trưởng Bin Laden rồi ngâm câu thơ của Hồ Dzếnh'':

Đã trót tương phùng trong một quán,
Dẫu trà ôi rượu nhạt cũng là duyên.

Từ trái: hàng ngồi: Hoàng Xuân Sơn, Song Thao, Trang Châu
hàng đứng: Hồ Đình Nghiêm, Lưu Nguyễn, Nguyễn Đức Bạt Ngàn (Montreal, 5/2009)

Lưu Nguyễn và Lạp Chúc Nguyễn Huy (trái)
Hình VH ngày 19/12/2024

NGUYỄN HẢI BÌNH

Tiểu sử

Nguyễn Hải Bình, sinh năm 1934 tại Hải Dương, là cựu học sinh Trung học Nguyễn Trãi (niên khóa 1950 - 1954),

Động viên, khoá 5 Thủ Đức, sau được về phục vụ tại trường Sinh Ngữ Quân Đội tại Sàigòn.

Tốt nghiệp Cử nhân Văn khoa - Cử nhân Luật khoa, Đại học Sàigòn.

Tốt nghiệp Tiến sỹ Kinh tế (Ph.D), ngành thuế vụ, tại

University of Pittsburgh, Hoa Kỳ, năm 1969.

Hoạt động trong lãnh vực giáo dục : từng là Giảng sư Đại Học Luật Khoa Saigòn; Khoa Trưởng Đại Học Kinh Thương Minh Đức, Sài Gòn từ năm 1971 đến 1975.

Định cư tại Québec, Canada từ năm 1975 và giảng dạy tại : Champlain Regional College, Bishop's University và Université de Sherbrooke, Canada.

Tác phẩm văn học đã xuất bản :

Vùng Yêu Đương (cùng Hải Phong, 1988);

Một Thoáng Phù vân (Thơ, 2009);

Lần Bước Vào Thiền (Thơ, 2014).

NGUYỄN BÁ DĨNH

Tiểu sử

Nhà thơ Nguyễn Bá Dĩnh sanh ngày 19-12 1946 tại Phú Yên

Trước 1975, học Đại Học Văn Khoa Sài Gòn và đại học Ottawa, làm việc cho Việt Nam Thương Tín.

Năm 1979, vượt biên và định cư tại Montreal.

Thơ văn đăng trên Làng Văn, Nắng Mới, Tự Do, Phụ Nữ Diễn Đàn,

Tác phẩm

Thơ

- Ngọt ngào nỗi nhớ (cùng với Thùy Trang), NXB Sông Thu, Hoa Kỳ

- Dòng thơ lưu lạc, (cùng với Thùy Trang), NXB Làng Văn, 1992

Truyện

- Mùa đông quạnh vắng

Nguyễn Bá Dĩnh   Nguyễn Bá Dĩnh và Thùy Trang

TUỆ QUANG TÔN THẤT TUỆ

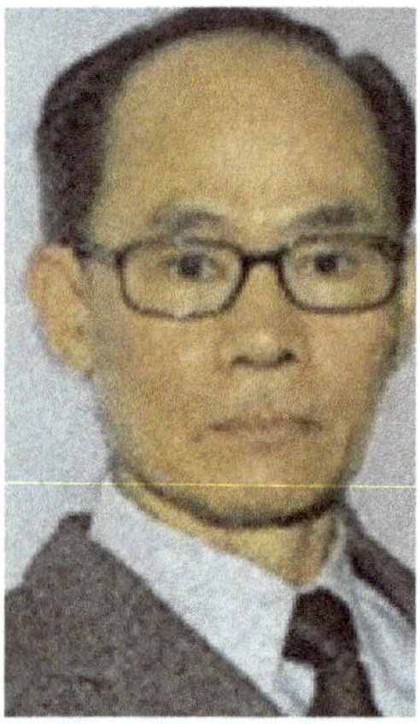

Tiểu sử

Tên thật: Tôn Thất Tuệ, bút hiệu: Tuệ Quang, sanh tại Thừa Thiên

Theo học: Tiểu học Phú Vang Thừa Thiên, trung học Khải Định Huế, Đại học Khoa Học Sài Gòn, Đại học Sư Phạm và Văn Khoa Huế (1958-1961).

Dạy học: Giáo sư trường Hàm Nghi Huế (1955-1958), giáo sư trường Võ Tánh Nha Trang (1961-1975)

1977 vượt biển đến Phi Luật Tân

Định cư tại Montreal ngày 9/4/1978

Tác phẩm thơ

Biển nhớ

HOÀI HƯƠNG

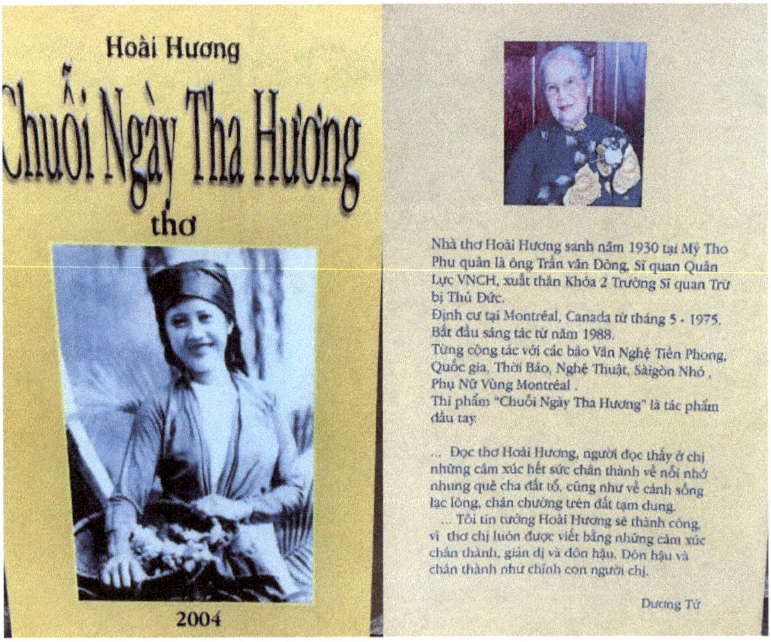
Hoài Hương
Chuỗi Ngày Tha Hương
thơ
2004
Nhà thơ Hoài Hương sanh năm 1930 tại Mỹ Tho
Phu quân là ông Trần văn Đông, Sĩ quan Quân Lực VNCH, xuất thân Khóa 2 Trường Sĩ quan Trừ bị Thủ Đức.
Định cư tại Montréal, Canada từ tháng 5 - 1975.
Bắt đầu sáng tác từ năm 1988.
Từng cộng tác với các báo Văn Nghệ Tiền Phong, Quốc gia, Thời Báo, Nghệ Thuật, Sàigòn Nhỏ, Phụ Nữ Vùng Montréal .
Thi phẩm "Chuỗi Ngày Tha Hương" là tác phẩm đầu tay.
... Đọc thơ Hoài Hương, người đọc thấy ở chị những cảm xúc hết sức chân thành về nỗi nhớ nhung quê cha đất tổ, cũng như về cảnh sống lạc lõng, chán chường trên đất tạm dung.
... Tôi tin tưởng Hoài Hương sẽ thành công, vì thơ chị luôn được viết bằng những cảm xúc chân thành, giản dị và đôn hậu. Đôn hậu và chân thành như chính con người chị.
Dương Tử

NGUYỄN HỮU HIỆP

Nắng Chiều
Thi tập 2
1997
Trinh Chung
LÊ BẠCH LỰU
HOA NỞ VƯỜN LÊ
TUYỂN TẬP THƠ VĂN
TÁC GIẢ ẤN HÀNH
2002

Ngàn Thông
Tuyển Tập Thơ Văn Sinh Viên
Biển Hát
PHƯƠNG HOÀI NAM
THƠ
Mùi Đất
Quê Hương
1994

VÕ KỲ ĐIỀN

Tiểu sử

Tên thật: Võ Tấn Phước, sanh năm 1941 tại Phú Quốc, tốt nghiệp Đại Học Sư Phạm Sài Gòn ban việt hán, dạy tại trường trung học Hoàng Diệu Ba Xuyên và Trịnh Hoài Đức Bình Dương, vượt biên định cư tại Montreal năm 1979

Tác phẩm

Ngoài mấy chục truyện ngắn giá trị, nhà văn để lại 4 tác phẩm đồ sộ, để đời là:

Kẻ đưa đường, NXB Việt, 1986

Pulau Bidong Miền đất lạ, NXB Xuân Thu, Hoa Kỳ, 1991, 420 tr.

Câu hỏi kiếp người, NXB Nhân Ảnh, 2017, 420 tr.

Chuyện Gần Chuyện Xa , tác giả Võ Kỳ Điền + Minh Ngọc, NXB Nhân Ảnh USA 2022.

Tại sao viết văn? Anh trả lời "*Cuộc biến động sau 30-4-1975 làm đất nước tan tành và cuộc sống toàn dân bị xáo trộn nặng nề khiến anh trăn trở nghĩ suy, cảm thấy mình phải có bổn phận góp lên tiếng nói chống sự áp bức độc tài, tàn bạo của chủ nghĩa Cộng Sản*". Cho nên trong lời tựa cuốn "*Kẻ Đưa Đường*" anh đã viết "*Tôi nghĩ rằng văn chương có nhiều loại nhưng theo tôi thứ văn chương đích thực phải là tiếng nói của kẻ yếu chống độc tài, áp bức, bạo lực, bất công bất cứ từ đâu đến. Nó phải chống bất cứ hình thức nô lệ nào, chống sự ngu xuẩn, hầu đưa CON NGƯỜI vươn lên từ tối tăm đổ vỡ.*"

Văn phong. Văn phong rặt miền sông Cửu nhưng rặt giọng rất riêng, đậm đà, giản dị, ngắn gọn, bộc trực, gợi cảm.

Cộng tác. báo Dân Quyền, Nắng Mới, Lửa việt, Làng văn, Đẹp, Văn

Quan điểm chính trị. Trong báo Làng Văn, số 30, tháng 2, 1987, nhà văn trả lời :"*Nếu bài nào của tôi mà không có một ý, một câu đả kích cộng sản thì tôi không viết nữa*".

Chủ trương viết văn: dễ đọc, dễ hiểu

Hiểu biết. Xuất thân là một nhà giáo, nhà văn là người

thích đọc cổ văn, giỏi chữ Hán chữ Nôm, hiểu biết rộng về nhiều địa hạt kể cả lý số, phong thủy.

Một mẩu chuyện.

Con cá nổi tiếng ngon nhất và quí hiếm của Hậu Giang là con cá cháy (Tenualosa) chỉ có ở một lạch nước nhỏ giao thoa giữa nước mặn và nước lợ trên sông Hậu thuộc xã Tích Thiện (huyện Trà Ôn, tỉnh Vĩnh Long). Năm 2020, đọc được truyện ngắn của anh viết về con cá cháy câu được trên sông ST Laurent đem về kho tiêu rục xương, tôi phôn nói với anh là tôi thèm quá chỉ nghe tiếng cá cháy mà chưa được nếm mùi. Anh trả lời già yếu rồi, hết đi câu cá cháy. Sau đó chúng tôi kể cho nhau nghe các món ăn đặc biệt ưa thích đến khi kể đến món lưỡi cá morue, đặc sản vùng Gaspésie mà tôi đã thưởng thức thì anh chặc lưỡi hỏi làm sao có được? Thế là tôi nghĩ đến bó rau Xắng chùa Hương mắc nợ văn nhân.

Bài ưng ý

Truyện ngắn nào anh ưng ý nhất? *"Bàn về khúc ngâm người tiết phụ đời Đường'*

BÀN VỀ KHÚC NGÂM NGƯỜI TIẾT PHỤ ĐỜI ĐƯỜNG

Tôi nhớ có lần thi sĩ Borges xứ Argentina, Nam Bán Cầu viết câu thơ hay: "*Tôi sanh ra ở xứ lạnh, để sưởi ấm đôi bàn tay, nên tôi làm thơ*". Tứ thơ đẹp lung linh khiến người đọc giật mình nên tôi mạo muội bắt chước ý nghĩ đó -mình cũng hiện ở xứ lạnh nè, ngó qua ngó lại thì sự nghiệp công danh không có gì hết, trơ trọi một thân già, những khi trời đông lạnh, tuyết bay phơi phới trắng xóa đầy trời, thì tại sao không mượn câu thơ để gầy lò sưởi ấm. Và hôm nay tôi mượn bài *Tiết Phụ Ngâm* của Trương Tịch, một thi sĩ nổi tiếng thời Trung Đường, vì bài nầy cứ mỗi lần đọc là mỗi lần thú vị, thâm trầm.

Tiết Phụ Ngâm

Trương Tịch (766-827 đời Đường)

Quân tri thiếp hữu phu
Tặng thiếp song minh châu,
Cảm quân triền miên ý,
Hệ tại hồng la nhu
Thiếp gia cao lâu liên uyển khởi
Lương nhân chấp kích Minh Quang lý
Tri quân dụng tâm như nhật nguyệt

Sự phu thệ nghĩ đồng sinh tử
Hoàn quân minh châu song lệ thùy
Hận bất tương phùng vị giá thì.

Khúc Ngâm Của Người Thiếu Phụ Trinh Tiết

Bản dịch của: Ngô Tất Tố

Chàng hay em có chồng rồi,
Yêu em chàng tặng một đôi ngọc lành.
Vấn vương những mối cảm tình,
Em đeo trong áo lót mình màu sen.
Nhà em vườn ngự kề bên,
Chồng em cầm kích trong đền Minh Quang.
Như gương, vâng biết lòng chàng,
Thờ chồng, quyết chẳng phụ phàng thề xưa.
Trả ngọc chàng, lệ như mưa,
Giận không gặp gỡ khi chưa có chồng.

Ngay từ nhan đề là hai chữ *"tiết phụ"* tác giả muốn khoe ngay cái ý chánh của bài thơ, không mập mờ, xa xôi, tượng trưng, bóng bẩy gì ráo trọi. Tiết phụ là người đàn bà thủ tiết thờ chồng, theo quan niệm ngàn xưa đức Khổng Tử đặt ra. Tam tòng, tứ đức là khuôn vàng thước ngọc người phụ nữ phải biết giữ mình cho trọn vẹn. -*Trai thời trung hiếu làm đầu, gái thời tiết hạnh là câu trau mình.*

Như vậy ở phương trời Á Đông theo chế độ phụ hệ nầy, gái có chồng thì phải biết thờ chồng, nuôi con, đó là phẩm hạnh cao quí của người đàn bà, chấm hết, không cần phải nói thêm một chữ nào. Nói cho rõ hơn một chút nếu một ngày đẹp trời nào đó trời xui đất khiến bất chợt gặp một người dưng khác họ, con nhà giàu, học giỏi, đẹp trai, nhiều cảm tình, lại cuốn hút, hào hoa phong nhã, rồi đem lòng nhớ thương, khiến trái tim nàng đập trật nhịp, thì cũng không được nghĩ nầy nghĩ kia, đầu mày cuối mặt, đi ngang về tắt, thêm bớt vẽ vời gì hết trơn. Một người đàn bà đã có chồng, không thể để phải lỗi đạo chồng con, phạm vào lễ nghi phong giáo. "*Cá cắn câu biết đâu mà gỡ, chim vào lồng biết thuở nào ra.*"

Vào cuối thế kỷ 19 ở VN mình có bà mẹ nho sĩ Nguyễn Cao đi hái lá trong ruộng dâu, có một quan huyện (hay lý trưởng gì đó) buông lời chọc ghẹo, sàm sỡ nắm lấy bàn tay. Bà cho như vậy là đã thất tiết với người chồng khuất núi, bèn lấy dao mà chặt cánh tay bị ô nhục kia. Hành động đó được mọi người xưng tụng là bậc tiết hạnh khả phong (không rõ là có được vua ban tặng hay không?) Tiết phụ phải là như vậy.

Câu chuyện bắt đầu của bài Tiết Phụ Ngâm nầy là chàng đã biết rõ, và rất rõ là em đã có chồng rồi. Vậy mà vẫn khăng khăng tặng cặp minh châu để làm quà. Nếu suy nghĩ cho thấu đáo, chuyện quà cáp cho nhau không hề đơn giản. Không phải ai, cũng rán tặng cho được và cũng không phải ai cho, mình cũng nhận quà được. Phải tặng đúng người và đúng lúc, phải biết rõ mục đích tặng quà là gì, cùng giá trị của món quà quí tiện như thế nào. Chuyện giao tế rất tế nhị không hề đơn giản. Vậy mà ở trường hợp nầy em đã có chồng rồi mà khi chàng tặng quà lại nhận ngay không một thắc mắc, do dự.

Ngay từ đầu, chúng ta đã thấy rõ hai người đã có tình ý với nhau. Cái chữ "*quân*" và "*thiếp*" (chàng và thiếp hay anh và em) Cách xưng hô đó chỉ dành cho vợ chồng và tình nhân, không hơn không kém. Nếu là người xa lạ, người dưng thì không thể dùng hai chữ nầy. Nét tình tứ đã lộ rõ trong cách xưng hô..

Vì đã có tình ý với nhau nên chuyện tặng quà quả nhiên là hợp lý hợp tình. Chúng ta phải xét kỹ chỗ nầy. Tuy là có tình ý nhưng là tình ý lén lút vì hoa đà có chủ, không thể công khai. Mọi chuyện phải hiểu ngầm mà không cần phải nói ra. "*Nụ tầm xuân nở ra xanh biếc, Em đã có chồng anh tiếc lắm thay.*

Món quà là gì đây. Một cái khăn thêu, một chiếc quạt đề thơ một cây bút lông thỏ hay một cặp sách như ta thường bắt gặp trong tiểu thuyết Trung Hoa? Tất cả đều không phải. Món quà nầy cực kỳ đáng giá, bất cứ ai thoáng nghe đều hết hồn. Đó là một cặp ngọc minh châu. Xã hội Tàu vào thời đại nhà Đường chỉ có giới quí tộc mới có khả năng chơi ngọc. Đám bình dân tầm thường cơm không có mà ăn, áo không có mà mặc, làm gì có được mấy thứ châu ngọc đó mà mơ ước. Như vậy chàng ở đây thuộc giới quí tộc hoặc là doanh thương giàu có. Xét thêm điểm nữa, nếu là minh châu để tặng người đẹp thì tặng một viên là sang trọng, quí phái lắm rồi, tặng chi tới những hai viên! Ý niệm âm dương hòa hợp của Trung Hoa lần nầy lộ rõ nét. Hai viên ngọc tròn vành vạnh đó cũng tượng trưng ý nghĩa chúng ta sẽ sống ân ái bên nhau có đôi có cặp, hạnh phúc suốt đời. Anh chàng nầy thương yêu người ngọc đến độ vung tay không tiếc của, hào hoa phong nhã rất mực. Rõ ràng chàng muốn đạt được mục tiêu nên bất chấp giá nào, không thể thất bại được. Thấp thoáng cạnh món quà vừa có ân tình, vừa có lợi dụng riêng tư, hình như bên trong có thêm giá cả mua bán nữa. Và cuộc tấn công ồ ạt bằng sức mạnh kim tiền đã thắng. Người đẹp đã đưa tay ra mà nhận. Bước đầu thoạt thấy chàng đã thành công. Người nào cũng vui!

Nhận ngọc rồi cất vào đâu đây cho ổn, chuyện nầy không thể người ngoài biết được. Làm sao che giấu chuyện tai vách mạch rừng. Viết tới đây tôi thiệt tình thán phục thi sĩ Trương Tịch. Thiệt tình là phục sát đất ở từng chữ từng câu. "*Cảm quân triền miên ý, Hệ tại hồng la nhu.*" Khi nhận quà của người yêu xong thì nàng suy tính việc cất giữ vào đâu? Món quà nầy không tầm thường, vừa là vật quí hiếm, vùa là ân tình thương yêu. Chỉ có thể cất vào một nơi kín đáo riêng tư, không ai biết, không ai hay. Chỗ lý tưởng nhất là trong chiếc áo lót mình bằng lụa màu hồng thơm tho, gần gũi, ấm áp. Như vậy là đôi viên ngọc thương yêu được nằm ngay trái tim ép sát lồng ngực. Ôi chao, còn chỗ nào tình tứ và kín đáo hơn nữa được.

Trong khi đó thì anh chồng tội nghiệp, đáng thương kia có hay biết gì đâu, suốt ngày cầm kích đứng gác cho ông vua ngủ ngon, quên mất cô vợ xinh đẹp, xuân sắc ở nhà trống vắng, quạnh hiu, cô độc một mình. Quên luôn anh hàng xóm lực lưỡng, đẹp trai, giàu có, phong lưu thập thò suốt ngày bên cạnh. Tuy vậy câu chuyện tới đây bỗng nhiên đột biến. Tới cái giây phút nàng sắp sa ngã đó thì lương tri chợt tỉnh táo kêu gọi, không thể được, không thể được, mình là gái đã có chồng, hoa đà có chủ và sực nhớ lại lời thề xưa. Không thể vì giàu sang mà phụ bạc tình chồng nghĩa vợ, đã sống với nhau bao nhiêu năm đầu gối tay ấp, thương yêu chưa đủ đầy, nếu không có tình thì cũng còn có cái nghĩa. "*Thiếp gia cao lâu liên uyển khởi, lương nhân chấp kích Minh Quang lý.*" Cô nàng đứng trên lầu cao chợt nhìn thấy chồng cầm kích đứng gác bên điện Quang Minh, chỉ trong một phút bèn sực tỉnh cơn mơ mà quyết định trả ngọc

Chuyện trả ngọc tưởng là đơn giản nhưng thiệt ra không hề đơn giản chút nào. Trả ngọc tức là dứt khoát từ chối mối tình chàng đã trao. Làm sao mà nỡ. Trong cuộc đời nầy gặp gỡ biết bao người, chỉ có chàng là người hết lòng hết dạ để tâm thương yêu mình, ngàn vàng dễ kiếm, tri kỷ khó tìm. Người ngoài làm sao cảm nhận được nỗi đau thương. Phải là người trong cuộc mới biết, lòng nào mà đành đoạn, yêu nhau mà phải xa, lòng đau như đứt từng đoạn ruột. Gặp nhau đã khó, xa nhau lại càng khó hơn.

"Tri quân dụng tâm như nhật nguyệt. Sự phu thệ nghĩ đồng sinh tử" (như gương, vâng biết lòng chàng. Thờ chồng quyết chẳng phụ phàng thề xưa).

Chuyện gì cũng vậy, có bắt đầu thì ắt phải có lúc kết thúc Làm sao mà nói, làm sao mà vui được. Phút chia tay sao mà buồn bã thê lương. *"Hoàn quân minh châu song lệ thùy"* Trả ngọc cho chàng trong hai hàng nước mắt. Tiếc ngọc hay tiếc người tình ? Tiếc người tình hay tiếc ngọc? Dù như thế nào thì cũng giống nhau một chữ tiếc. Đức Phật từng đã có lần nói: -Ghét nhau mà phải gần là khổ. Thương nhau mà phải xa là khổ. Sao mà cái gì cũng khổ hêt trơn. Ngậm ngùi mà bịn rịn, nắm níu mà xa, miệng thốt lên lời oán trách số phận nghiệt ngã.

Cuối cùng thì thời gian lại bị đem ra mà đổ thừa. Cái câu -"phải chi hồi đó" một lần nữa được lập lại trong tiếc nuối những gì đời không thực hiện được. *"Hận bất tương phùng vị giá thì."* Hận là không gặp chàng khi chưa có chồng. Chữ "hận" ở đây gần với nghĩa ân hận, tiếc nuối, chớ không gần với nghĩa hờn giận.

"Ba đồng một mớ trầu cay,
Sao anh không hỏi những ngày còn không,
Bây giờ em đã có chồng,
Như chim vào lồng như cá cắn câu.
Cá cắn câu biết đâu mà gỡ,
Chim vào lồng biết thuở nào ra"

Như vậy toàn bài thơ là diễn tả cuộc xung đột giữa bản năng tình dục và đức hạnh của người đàn bà có chồng với những khuôn phép xã hội quy định. Nàng đã có giây phút yếu lòng, bồng bột yêu thương. Con tim mù quáng theo sự dẫn dắt của bản năng mê say cái đẹp giàu sang danh vọng và lý trí đã can thiệp kịp thời vào phút chót. Cuộc dằng co giữa tốt xấu, thiện ác, bản năng dục vọng và phẩm hạnh khá gay go…

Có bạn đọc trách cứ nàng đã phản bội người chồng, tuy chưa sa ngã nhưng đã có ngoại tình trong tư tưởng. Tôi không trách như vậy và cực kỳ thương xót cho nàng, ai ai cũng có những giây phút yếu lòng... Ông trời sanh con người có trái tim tuy lớn nhỏ khác nhau. Nếu có trách thì trách trái tim tại sao lại rung động nhịp nhàng trước cái đẹp. Mà trái tim nào cũng đâu phải có một ngăn, nó có nhiều ngăn mà. Nó đập theo nhịp của nó, mình không phải là nó thì làm sao hiểu được cái gì mà nói nầy nói kia…

Trong nền văn học Trung Hoa mấy ngàn năm các tác phẩm thơ văn hầu như tất cả đều vô khuôn phép mẫu mức của lễ giáo tiết nghĩa. Hiếm khi bắt gặp những tác phẩm đề cao bản năng con người. Mà con người thì trời sanh có ba đời sống. Đời sống vật chất, đời sống tinh thần và đời sống tình cảm gồm có tình dục. Tác phẩm bàn về bản năng tình dục tuy cũng có nhưng rất hiếm hoi. Và nàng tiết phụ trong bài nầy đã nói lên được cái ước muốn thầm kín của bản năng tình dục đó, tuy nhiên cuối cùng cũng đầu hàng trước lễ giáo của xã hội.

Mà quả đúng như vậy, CON NGƯỜI là sản phẩm của xã hội mà.

HỒ ĐÌNH NGHIÊM

Tiểu sử

Hồ Đình Nghiêm sinh năm 1957 tại Huế.

Năm 1978 tốt nghiệp Cao đẳng Mỹ thuật.

Năm 1980, vượt biển đến ở trại tỵ nạn Kowloon, Hong Kong.

Năm 1981, định cư ở Montréal.

Tác phẩm

- Nguyệt Thực,Văn Nghệ, California, 1988

- Tờ Mộng Rách Rồi, Tân thư-Thời văn, California, 1991

- Vầng Trăng Nội Thành, Văn Mới, California, 1997

- Mùi Hương Trên Đồi, Văn Mới, California 2005.

- Kẻ Âm Lịch, Lotus Media, Calif. 2017.

- Ngoại vực, Lotus Media, Calif. 2018

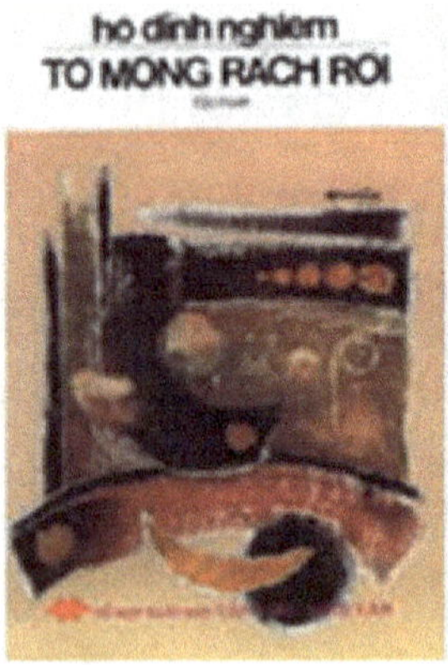

Vài cảm nhận về Hồ Đình Nghiêm

Truyện ngắn Hồ Đình Nghiêm đều đi sâu vào lột tả cái hiện thực xã hội một cách trần trụi với một văn Phong đặc thù của Anh.

Phan Nhiên Hạo: Một đặc điểm dễ thấy trong lối viết của anh là việc trộn lẫn hiện tại và chuyện đời xưa, cho phép nhân vật đối thoại và hành xử với phong thái ít nhiều như trong những truyện cổ.

Võ Kỳ Điền: Nói rộng ra đọc truyện của Hồ Đình Nghiêm là một dấn thân cùng tác giả, để tham dự, để vạch trần trắng đen trong xã hội. Cái tình trong truyện của họ Hồ là một tổng thể của hỉ nộ ái ố, cái đắm đuối ngông cuồng, cái *'lỡ dại'* trong nhân vật là một chứng cứ trung thực khi viết thành văn.

TIỂU THU

Tiểu sử

Sanh năm 1947, quê quán quận Cao Lãnh, tỉnh Đồng Tháp

Tháng 4/1975 đến định cư tại Montreal

Năm 1987 bắt đầu sáng tác, trong ban biên tập Cỏ Thơm (Virginia) và một số đặc san tại Âu Mỹ

2002-2017 Tổng thư ký Văn Bút Việt Nam Hải Ngoại vùng Quebec.

Tác phẩm đã xuất bản

2018 Dòng sông tuổi thơ (Tập truyện)

2007 Tiếng hót vành khuyên (Tập truyện)

2002 Sóng nước quê hương (Tập truyện)

Nỗi lòng người di tản (Tập truyện ngắn với nhiều tác giả)

Món ăn theo bước di tản (Tập truyện ngắn)

Người đọc văn Tiểu Thu

Nhà văn Hồ Trường An viết:''*Văn phong của Tiểu Thu thao thao như nước khe ngòi ở đồng ruộng, từ gò nổng nhấp nhô tuôn xuống trũng thấp, xuống ao, bàu, lung, vũng … Chị nghĩ sao viết vậy, văn viết gần như văn nói 80%. Đúng là lối viết Nam Kỳ, hơi cẩu thả một chút, nhưng cực kỳ phóng khoáng.'*

Lối kể chuyện của chị thật hồn nhiên thật nhí nhảnh và duyên dáng … những lời thuật sự tía lia, vo vảnh một cách nồng mặn''.

VÀI DÒNG VỀ TÁC GIẢ
HỒ TRƯỜNG AN
TRANG CHÂU
TIỂU THU
SÓNG NƯỚC TÌNH QUÊ
tập truyện
2002

HẢI PHONG

Tiểu sử

Tên thật là Nguyễn Lệ Châu, định cư tại Quebec năm 1975, cử nhân kinh tế (sài Gòn), cử nhân kế toán, CPA-CGA, Master degree in taxation (Canada),

1983-1989 : chuyên viên kế toán (Baie James), contrôleur và giám đốc tài chánh (Montreal)

1989-2020 thanh tra thuế vụ (Revenu Canada)

Giáo sư thỉnh giảng của đại học Sherbrooks

Tác phẩm

Vùng yêu đương- Chị yêu- Ngập ngừng gió nhắn cùng cây- Sau cơn mưa- Màu lá (tuyển tập)

Truyện dịch: Quán bên đường (Corner store), Lá thu (Feuilles d'automne), Tuyết hoa (Snow and the secret fan), Đêm (Night).

Tác phẩm nghệ thuật: các CD Tình Tự Mùa Xuân, Dưới Giàn Hoa Cũ, Mẹ Trùng Dương, tất cả do NS Duy Cường hòa âm.

Người đọc Hải Phong

Nhà văn Nguyễn Ngọc Ngạn viết :"*Từ lâu, tôi đã theo dõi và yêu mến những truyện ngắn của Hải Phong đăng trên Tạp Chí Liên Hội. Bằng một bút pháp trong sáng, Hải Phong đã chứng tỏ là một người có tài kể chuyện, dàn trải những kỷ niệm, ghi chép những mảnh đời mình đã sống, đã gặp một cách linh động, trung thực, gây được cảm xúc mạnh nơi người đọc. "Dưới Một Vầng Trăng" chẳng hạn, tôi đã đọc đến ba lần mà vẫn thấy bồi hồi. Sự thành công của tác giả, theo tôi nghĩ, là không cần phải có một cốt truyện cầu kỳ, phức tạp, mà quan trọng ở cách diễn tả cảm xúc, cấu tạo bố cục. Nhà văn Nhất Linh đã căn dặn người viết văn là "Cốt truyện không quan trọng. Việc chọn chi tiết để diễn tả còn quan trọng hơn cả cốt truyện nữa!".*

Quan niệm sáng tác của Nhất Linh, tôi đã áp dụng cho chính mình trong mấy năm qua, bây giờ lại vui mừng thấy được ở tập truyện của Hải Phong..."

Nguyễn Ngọc Ngạn (1987) :" *Dụng ngữ lúc nào cũng trong sáng, văn phong giản dị, truyện của Hải Phong phần nhiều là dàn trải ký ức, viết về kỷ niệm, dễ dàng khơi dậy niềm cảm xúc sâu xa trong lòng người tha hương. Đọc Hải Phong, người ta biết ngay tác giả là người yêu nhạc, yêu thơ, nên trong truyện của Hải Phong thường phảng phất thơ và nhạc như hai chất liệu tô điểm cho tác phẩm của mình.*

Nhà thơ Trang Châu viết :»... *Nhà văn quá cố Tam Ích trong bài phê bình một tác phẩm đầu tay của một nhà văn trẻ đã viết : «Không phải chỉ khoác một bộ áo dạ hành, đeo một thanh trường kiếm, mang một đôi hài rồi thoắt đi thoắt lại mà trở thành một kiếm khách. Ở kiếm khách, cốt nhất là đường kiếm, ở nhà văn cũng vậy, cốt nhất là cách hành văn» . Tôi nghĩ Hải Phong, trong Tuyển tập này đã chứng tỏ mình có một đường kiếm sắc bén, một nét hành văn cá biệt...* ''

Trang Châu (1987): "*Lời văn của Hải Phong khi nghiêm túc, lúc dí dỏm, nhưng luôn luôn trong sáng, giản dị. Người đọc có thể bị lôi cuốn bởi cốt truyện nhiều hay vừa phải, nhưng không ai có thể phủ nhận lối viết chuyên chở nhiều suy tư, bình tĩnh mà sâu sắc đã tạo nên một văn phong riêng biệt của tác giả.*"

Trang Châu (2003) "*Có nhiều tình cờ gần như phép lạ trong truyện của Hải Phong. Nhưng những phép lạ đó, xét cho cùng, nghĩ cho sâu, không phải tình cờ ngẫu nhiên mà có. Nó chỉ đến với những tâm hồn biết chuẩn bị để đón nó. Những tình cờ chỉ thấy được, chỉ hiện hữu được với những người mang một trái tim.*"

Trang Châu (2006) :"*Tôi nghĩ, với tập truyện Mầu Lá, Hải Phong đã đạt được điều mà thi hào Victor Hugo từng viết : «Bút pháp cũng giống như pha lê, càng tinh khiết thì càng tỏa sáng».*

Lá thu
FALLING LEAVES

Dưới Giàn Hoa Cũ
HẢI PHONG
tiếng hát Hải Phong
TÌNH TỰ MÙA XUÂN

Các tuyển tập tuyện ngắn

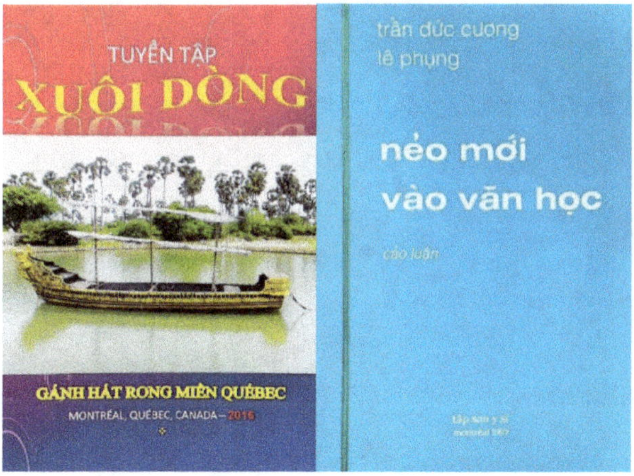

TRANG BIÊN KHẢO

GS PHẠM HOÀNG HỘ

(1929-2017)

Tiểu sử

GS. Phạm Hoàng Hộ sinh ngày 3 tháng 8 năm 1931 tại làng Thới Bình – phường Cái Khế, tỉnh Cần Thơ.

Năm 1944, sang Pháp theo học ở Đại học Sorbonne Paris,

Năm 1953, cử nhân Khoa học (Thủ khoa Thực vật học),

Năm 1955, cao học về Khoa học thiên nhiên (Sciences naturelles),

Năm 1956, Agrégé Vạn vật học,

Năm 1957, ông về nước và được bổ nhiệm vào chức vụ Giám đốc Hải học Viện Nha Trang và trong thời gian làm việc ở đây (1957 – 1962), ông đã thực hiện công trình nghiên cứu về rong biển Việt Nam và một phần của công trình nghiên cứu này được dùng cho luận án Tiến sĩ Khoa học Vạn vật học mà ông đệ trình vào năm 1961 cũng tại Đại học Sorbonne.

Năm 1962, Khoa Trưởng trường Đại học Sư phạm Sài Gòn,

Năm 1963, Tổng Trưởng Giáo dục,

Ngày 8-3-1966, Viện Đại học Cần Thơ được thành lập, GS. Phạm Hoàng Hộ trở thành Viện trưởng đầu tiên của trường Đại học Cần Thơ,

Năm 1984, với tư cách là nguyên Giáo Sư khảo cứu tại Viện Bảo Tàng Thiên Nhiên Quốc Gia Paris, hội viên nhiều Hội Khoa Học Quốc Tế nên Ông được chính phủ Pháp mời sang làm giáo sư thỉnh giảng và Giáo sư Phạm Hoàng Hộ đã quyết định chọn cuộc sống tỵ nạn chính trị cộng sản rồi sang định cư tại Montreal để chấm dứt những năm "ảo vọng".

Tác phẩm

Ông là tác giả của nhiều ấn phẩm về Thực Vật học Việt Nam như:

Rong Biển Việt Nam (1969),

Tảo Học (1972),

Sinh Học Thực Vật (in kỳ tư 1973)

Hiển Hoa Bí tử (in kỳ nhì 1975)

Cây Cỏ Việt Nam (6 tập, 1991-1993)

Cây Có Vị Thuốc Ở Việt Nam (2006)

Quan trọng nhất là bộ Cây Cỏ Việt Nam, mô tả khoảng 10,500 loài cây có mạch trên toàn cõi nước Việt Nam, dù được thực hiện khi giáo sư Hộ cư trú tại Montreal, Canada, bộ sách này vẫn được mô tả bằng tiếng Việt để cung ứng cho việc học hỏi của sinh viên bên nhà.

Khi văn nhân Việt Montreal thức tỉnh

Chỉ mấy ngày trước biến cố 30 tháng 4, 1975, GS Phạm Hoàng Hộ cùng với GS Nguyễn Duy Xuân[29] (Viện trưởng ĐH Cần Thơ) thuộc nhóm trí thức dấn thân, đã khảng khái ở lại để tiếp tục phục vụ quê hương. Chẳng bao lâu sau thì ông viện trưởng Nguyễn Duy Xuân là người bạn đồng hành với Ông quyết xây dựng ĐH Cần thơ thì chết trong ngục tù cộng sản còn Ông thì năm 1984 xin tỵ nạn chính trị cộng sản sang sống ở Montreal chấm dứt những năm *"ảo vọng"* và lãng phí.

Nói về thời kỳ sau 75, ông ghi lại: *"thời kỳ sống trong ảo vọng là sẽ thấy đất nước đi lên. Giai đoạn đi xe đạp, ăn gạo hẩm, tưởng hoa sẽ nở trên đường Quê hương.»*. Năm 1985, Ông sang sinh sống ở Montreal và tại đây ông hoàn tất công trình nghiên cứu cây cỏ Việt Nam của mình. Có thể nói ông là người đầu tiên ở Việt Nam hoàn thành công trình nghiên cứu cây cỏ miền Nam và Việt Nam.

Sau khi hoàn tất công trình có tầm cỡ khoa học lớn

29 GS Nguyễn Duy Xuân bị đưa vào trại tù cải tạo, sau đó bị đưa ra Bắc, giam trong trại Tù Hà Nam Ninh rồi chết trong tù

trong nước và trên thế giới, Ông gởi tâm sự của một trí thức yêu quê hương đã sống mấy năm trong ảo vọng vào những dòng đề tặng toàn sự nghiệp *Cây cỏ miền Nam* cho:

"Những ai còn sống hay đã chết trong tù vì tháng Tư năm 1975 đã quyết định ở lại để tiếp tục dâng góp cho đất nước.

Tặng giáo sư Nguyễn Duy Xuân nguyên viện trưởng Đại Học Cần Thơ, mất ngày 10/XI/1986 tại trại Cải Tạo Hà-Nam-Ninh.

Tặng hương hồn những ai trên biển Đông đã chết nghẹn ngào".

GS LÊ HỮU MỤC

1925-2017

Tiểu sử

Giáo sư Lê Hữu Mục sinh ngày 24 tháng 11 năm 1925 tại làng Lưu Phương, thị trấn Phát Diệm, huyện Kim Sơn, tỉnh Ninh Bình.

Tiến Sĩ, Văn Chương Việt Nam, Đại Học Sài Gòn, 1970.

Cao Học, Văn Chương Việt Nam, Đại Học Đà Lạt, 1960.

Cử Nhân, Văn Chương Pháp, Đại Học Hà Nội, 1950.

1963 Giáo Sư, Quốc Học, Huế, 1952-1957

1958-1963: Giảng dạy Văn Chương Việt Nam tại Đại Học Huế và làm nghiên cứu tại Viện Nghiên Cứu Nôm Học.

Từ năm 1964, Giám Đốc Viện Nghiên Cứu Hán-Nôm, chủ bút tập san Hán-Nôm và Giáo Sư Đại Học Sư Phạm, Đại Học Văn Khoa Sài Gòn và tại nhiều đại học khác.

Sáng tác âm Nhạc

Chèo Đi, Bơi Đi (nhạc và lời, 1938)

Hẹn Một Ngày Về (nhạc và lời, 1953)

Sau ngày 30.4.1975, Ông tìm đường đào thoát mấy lần nhưng đều thất bại và bị ngồi tù. Năm 1987, Ông được một người con bảo lãnh sang Montréal.

Tác phẩm

Trước 1975

Chủ Nghĩa Duy Linh (biên khảo, 1957); Nhận Định về Đoạn Tuyệt (biên khảo, 1955); Văn Hóa và Nhân Vị (biên khảo, 1958, cùng Bùi Xuân Bào, Võ Long Tê); Thảm Trạng của Một Nền Dân Chủ Vô Thần (1958); Lĩnh Nam Chích Quái (1959); Việt Điện U Linh Tập (1960); Quân Trung Từ Mệnh Tập (1960); Ức Trai Thi Tập (1961); Nhị Khê Thi Tập (1962); Băng Hồ Ngọc Báo Tập (1963); Chúa Thao Cổ Truyện (1965); Lịch Sử Văn Học Việt Nam, Tập 1 (biên khảo, 1968); Khóa Hư Lục (1973).

Giá trị của các công trình dịch thuật Hán-Nôm đã xác định vị trí của Ông trên đỉnh cao của chuyên môn Hán Nôm.

Sau 1975

1988, Hồ Chí Minh Không Phải Là Tác Giả *"Ngục Trung Nhật Ký"* do Văn Bút Việt-Nam hải ngoại lúc bấy giờ trụ sở ở Toronto xuất-bản.

1990, Truyện Kiều và Tuổi Trẻ, NXB Làng Văn, 1990-2005: Vietnamlogica, sáng lập viên, chủ bút, cộng tác viên,

2008, cuốn *"Việt Nam: môi trường và con người"* được giải thưởng văn học của Hội Quốc Tế Y Sỹ Việt Nam Tự Do năm 2008.

Kiệt tác chống cộng của văn nhân Montreal

Sử liệu của CSVN đều ghi là một ngày kia có một người Tày (Nùng ?) từ Việt Bắc về Hà Nội dâng cho Bác một cuốn sổ tay ghi *Ngục Trung Nhật Ký*, 47 trang, hơn 100 bài thơ **không ghi tên tác giả**. Từ ngày 19/5/1960 trở đi, tác giả tập thơ *Ngục Trung Nhật Ký* đã được Ban Tuyên Giáo khẳng định là của Hồ Chí Minh, và Viện Văn Học giới thiệu tuyệt tác này: «*Đó là cuốn sổ tay của Hồ Chủ Tịch gồm những bài thơ mà Người đã viết trong cảnh lao tù từ mùa Thu 1942 đến mùa Thu 1943*».

Vào khoảng năm 1989, cộng sản dùng tập thơ *Ngục Trung Nhật Ký* vận động với UNESCO[30] để tôn vinh Hồ Chí Minh là *"Nhân vật Văn hóa Quốc tế"*. Dự định này làm một số người Việt tại Âu Châu lên tiếng đòi hủy bỏ vụ tuyên dương vô lý này.

Đúng vào thời điểm đó, năm 1990, Văn Bút Việt-Nam hải ngoại ở Toronto xuất-bản cuốn sách:*"Hồ Chí Minh Không Phải Là Tác Giả 'Ngục Trung Nhật Ký"* của giáo-sư Lê Hữu Mục. Trong cuốn sách, Giáo sư Lê Hữu Mục minh chứng rằng thi tập Ngục Trung Nhật Ký không phải là của Hồ Chí Minh bằng cách dùng phương pháp textology (văn bản học), hệ thống hóa lại, tìm ra những mâu thuẫn về thời gian họ Hồ bị tù, và minh chứng các bài thơ là của một người Hán với các chứng cớ [31] rất vững vàng như:

- Phân tích từ các phương ngữ địa phương,

- Cách phát âm để nối vận,

- Cách dùng chữ rất riêng của người Trung Hoa, và nhiều chứng cớ khác.

Các tài liệu chứng minh cụ thể này đã được dịch sang pháp ngữ *làm tài liệu chứng minh Hồ Chí Minh chỉ là kẻ ăn cắp thơ của một người Hán, UNESCO đã hủy bỏ dự định tôn*

30 UNESCO (Tổ chức Giáo dục, Khoa học và Văn hóa Liên hiệp quốc)

31 Tìm Lê Hữu Mục trên internet và http://giaocam.saigonline.com - có đủ chi tiết về chứng cớ đạo văn của ông Hồ

vinh ông Hồ.

Vài thí dụ đạo văn của ông Hồ

Trong tập thơ Ngục Trung Nhật Ký phổ biến cho Nhân dân "học tập thơ Bác" có lộ ra bài "Thế Lộ Nan III" được dịch như sau:

Trung thành, ngã bản vô tâm cứu
Khước bị hiềm nghi tố **Hán gian**
Xử thế nguyên lai phi dị dị
Nhi kim xử thế cánh nan nan!

Giáo sư Lê Hữu Mục dịch:

Trung thành, ta vốn lòng không thẹn
Lại bị hiềm nghi làm ***Hán gian***
Vốn biết là đời không dễ xử
Đến nay càng khó xử muôn vàn!

Bài thơ này là chứng cớ Hồ Chí Minh ăn cắp thơ của một người Hán, vì Hồ Chí Minh là người Việt – nên chỉ làm được Việt gian, làm sao có thể làm được Hán gian!

Mới đây (10-2-2007), một Nhân sĩ ở Huế cho rằng: Ngay bài "*Dạ Bán*" (Nửa đêm) được dịch sai nghĩa khiến cho sách báo CSVN nào cũng ca tụng ''*Người Hán*''.

Nguyên văn chữ Hán:

Thụy thời đô chúng thuần **lương Hán**
Tỉnh hậu tài phân thiện ác nhân
Thiện ác nguyên lai vô định tính
Đa do giáo dục đích nguyên nhân

Hà Nội cố gượng dịch :

Ngủ thì ai cũng như ***lương thiện***

Tỉnh dậy phân ra kẻ dữ, hiền
Hiền, dữ phải đâu là tính sẵn
Phần nhiều do giáo dục mà nên
(Trích Nhật Ký Trong Tù).

Đáng lẽ câu *Thụy thời đô chúng thuần* ***lương Hán*** phải dịch là : Ngủ thì "người Hán" nào cũng lương thiện thì Viện Văn Học dịch "lương Hán"(người Hán) thành "*lương thiện*" để tránh chữ Hán vì rõ ràng bài thơ này do một người Hán ca tụng giống nòi của họ. Than ôi, ăn cắp như vậy mà bao năm ngàn ngàn lớp lớp trí thức miền Bắc cứ phải giả câm, giả điếc vì miếng cơm manh áo!!!

GS NGUYỄN VĂN TRUNG

1930-2022

Tiểu sử

Sinh năm 1930, tại Hà Nam Bắc Việt, du học tại Pháp và Bỉ (1950-1955), dạy đại học Văn Khoa Sài Gòn (1955-1975), khoa trưởng (1969) rồi trưởng ban Triết học Tây phương tại Đại học Văn khoa Sài Gòn,

Sau 1975, Ông bị đi tù biệt giam một thời gian ngắn,

Từ 1994 đến 2022, sống tại thành phố Montréal Canada.

Tác phẩm đã xuất bản

Nguyễn Văn Trung có một sự nghiệp trước tác phong phú gồm nhiều thể loại: triết học, báo chí, biên khảo với ba đặc điểm: *óc phê bình, óc sáng tạo và cái nhìn triết học*.

Về biên khảo triết học, Triết học tổng quát (1957), Danh từ triết học (đồng tác giả, 1958), Ca tụng thân xác (1967), Ngôn ngữ và thân xác (1968), Hành trình trí thức của Karl Marx (1969), Đưa vào triết học (1970), Nhận diện Marx (1974), Triết lý văn nghệ (1974).

Về nghiên cứu văn học, Xây dựng tác phẩm tiểu thuyết (1962), Lược khảo văn học (ba tập, 1963-1968), Nhà văn - người là ai, với ai? (1965), Vụ án Truyện Kiều (1972), Chữ, văn quốc ngữ thời kỳ đầu Pháp thuộc (1974), Trường hợp Phạm Quỳnh (1974), Chủ đích Nam Phong (1975), Câu đố Việt Nam (1986), Những áng văn quốc ngữ đầu tiên: Thầy Lazaro Phiền của Nguyễn Trọng Quản (1987).

Trên lĩnh vực văn hóa – lịch sử: Biện chứng giải thoát trong Phật giáo (1958), Người Công giáo trước thời đại (đồng tác giả, 1961), Lương tâm Công giáo và công bằng xã hội (đồng tác giả, 1963), Nhận định (6 tập viết và in trước 1975, 4 tập sau 1975), Chủ nghĩa thực dân Pháp ở Việt Nam: thực chất và huyền thoại (1963), Góp phần phê phán giáo dục và đại học (1967), Trương Vĩnh Ký – nhà văn hóa (1993), Về sách báo của tác giả Công giáo thế kỷ XVIII-XIX (1993), Hồ sơ Lục châu học: Tìm hiểu con người ở vùng đất mới (2015).

Con người Nguyễn Văn Trung

Ông là một:

-Nhà triết học, nhà giáo uyên bác và dấn thân gắn bó với văn hóa dân tộc,

- Một trí thức đích thực hiểu theo nghĩa ''*public intellectual*", nhưng hành trình trí thức của ông rất lận đận trong một Việt Nam với nhiều chao đảo.

- Cây bút chủ lực của nhiều tờ tạp chí quan trọng như Đại học hồi ở Huế, Sáng tạo, Đất nước, Hành trình ở Sài Gòn, đụng nhiều đến các vấn đề văn hóa, chính trị, xã hội của thời cuộc. Vì *đào sâu tới nguồn cội của vấn đề* với óc phê bình và tranh luận nên ông Nguyễn Văn Trung có lắm *"kẻ thù"* trong mọi địa hạt chính trị cũng như tôn giáo.

Vài kỷ niệm về Ông

Ông Nguyễn Văn Trung là một cây đại thụ trong văn hóa, giáo dục thời VNCH nên khi nghĩ đến Ông, viết về Ông, tôi chỉ nhớ nhiều đến mấy kỷ niệm với Ông trong hai thời kỳ: Giảng dạy cùng với Ông tại Đại Học Văn Khoa Sài Gòn và chuyện trò thân mật với Ông khi cả hai sống đời tỵ nạn cộng sản tại Quebec.

Thời kỳ Đại Học Văn Khoa

Trong thời gian Ông giảng dạy tại trường này, Ông là một nhà truyền giáo tư tưởng mới lạ rất có ảnh hưởng trên tầng lớp tuổi trẻ thanh niên sinh viên.

Năm 1969, Ông đã can đảm ra nhận lãnh chức khoa trưởng trong một bầu không khí ám sát, hỗn loạn gây ra bởi các sinh viên nằm vùng như Võ Ba (Ban Sử Địa), Nguyễn Trọng Văn (đệ tử của Ông) …

Sau năm 1975, rất buồn nghe tin Ông bị cộng sản biệt giam bởi Ông đã phạm vào điều cấm ky của cộng sản là vì Ông giỏi, đa tài, đa dạng, *''bon communicateur', 'bon rassembleur'* thu hút được quần chúng nên phải chịu chung số phận của hai chưởng môn Vovinam là Lê Sáng, Trần Huy Phong bị nhốt tù vô cớ …

Thời kỳ tỵ nạn cộng sản tại Montreal

Trong thời kỳ này, tôi có mời Ông mấy lần dùng cơm tại nhà. Chuyện trò xoay chung quanh tin tức bạn bè, đồng nghiệp, con cái. Điều làm tôi chú ý là Ông hay cười, cười hồn nhiên như một *"lão ngoan đồng"*, cười như rũ bỏ ký ức không còn nhớ, không còn ham muốn tích luỹ thêm bất cứ một điều gì, cười như muốn nói:

Thế sự thăng trầm quân mạc vấn

(Thế sự thăng trầm đừng hỏi tại sao) Cao Bá Quát

Tiếng cười cuối đời của chim đại bàng gẫy cánh là như vậy.

HÀNH TRÌNH
10
ĐẤT NƯỚC
TẠP CHÍ XUẤT BẢN HÀNG THÁNG
50 NĂM CÁCH MẠNG THÁNG MƯỜI
CẢM NGHĨ VÀ SUY TƯỞNG
Trình bầy
Tạp chí văn hóa chính trị xã hội
ra ngày 1 và 15 mỗi tháng
2

LƯỢC KHẢO VĂN HỌC
3
VỤ ÁN TRUYỆN KIỀU
NGÔN NGỮ và THÂN XÁC
CHỦ NGHĨA THỰC DÂN PHÁP Ở VIỆT NAM
THỰC CHẤT và HUYỀN THOẠI
PHẠM QUỲNH
HÀNH TRÌNH TRÍ THỨC của KARL MARX
nam sơn xuất bản

TRƯƠNG BẢO SƠN

1916-2010

Ông tên thật là Trương Cam Bỉnh, sinh ngày 02 tháng 03 năm 1916, tại Hà Nội (năm Kỷ Mão), mất ngày 23 tháng 05 năm 2010 tại Montreal Canada , hưởng thọ 96 tuổi.

Năm 1978 ông vượt biển tới Pulau Bidong (Mã Lai) và định cư tại Montreal từ 1979.

Cuộc đời của Ông là chuỗi ngày viết văn, làm báo, hoạt động cách mạng trong nhóm Việt Nam Quốc Dân Đảng chống Pháp và Việt Minh.

Sanh hoạt văn hóa:

- Năm 1946, Biên tập viên nhật báo Việt Nam, Chính Nghĩa tại Hà Nội.

- Năm 1957, Hội viên hội Văn Bút (P.E.N quốc tế). - Năm 1959, Chủ nhiệm giai phẩm Tân Phong.

- Năm 1965, Giám đốc chính trị tạp chí Đông Phương. Soạn giả sách giáo khoa Anh ngữ và dịch giả nhiều sách và truyện hay thế giới.

- Năm 1988, ông cùng Nguyễn Khắc Ngải và Đỗ Quý Toàn sáng lập hội Văn Bút Việt Nam Hải Ngoại, trung tâm Quebec Canada.

- Ông viết cho các tạp chí Văn Nghệ Tiền Phong (Hoa Kỳ), Lửa Việt, Vượt Biển, Nắng Mới (Canada), Độc Lập (Đức) và các đặc san tại Montréal, Trung Tâm Người Việt Cao Niên, Rồng Vàng, S.A.I.M.

Dịch Phẩm:

1. Tình Nghĩa Vợ Chồng. Dịch *"Le Bonheur Conjugal"* (1859) của Leon Tolstoi. NXB Phượng Giang 1961. (Tái bản lần thứ tư năm 1968)

2. Con Nai Tơ. Dịch *"The Yearling"* của M. K. Rawlings. NXB Phượng Giang và Tín Đức. (Tái bản lần thứ ba năm 1966)

3. Một Bản Đàn. Dịch *"The Kreutzer Sonata"* (1889) của Leon Tolstoi. NXB Đời Nay 1961

4. Gió Đông, Gió Tây. Dịch *"East Wind, West Wind"* (1930) của Pearl S. Buck. NXB Bốn Phương 1968

5. Ngư Ông Và Biển Cả. Dịch *"The Old Man and The*

Sea" của E. Hemingway.

6. Đỉnh Gió Hú. Dịch *"Wuthering Heights"* của Emily Bronte.

7. Chiếc Lá Cuối Cùng. Dịch *"The Last Leaf"* của tác giả O' Henry. Tuyển tập nhiều truyện ngắn quốc tế. Cùng dịch với Võ Hà Lang và Cam Vĩnh , NXB Phượng Giang. (Tái bản lần thứ hai 1957)

8. Viên Ngọc Trai. Dịch *"The Pearl"* của John Steinbeck. NXB Thứ Tư Tuần San 1967

9. Trà Đạo. Dịch *"The Book of Tea"* của Okakura Kakuzo. NXB Lá Bối 1967

10. Cuộc Đời Bác Sĩ Arrowsmith. Dịch *"Arrowsmith"* của Harry Sinclair Lewis. NXB Quốc Bảo 1970

11. Mặc Cho Gió Dập Tuyết Vùi. Dịch *"Let The Hurricane Roar"* của Rose Wilder Lane. Cùng dịch với Cam Vĩnh. NXB Quốc Bảo 1960

12. Ngược Dòng Thời Gian. Dịch tuyển tập truyện ngắn quốc tế. (NXB Đời Nay)

13. Phố Chính. *"Main Street"* (1920) của Sinclair Lewis.

Tác phẩm

- Đăng trên Việt Văn Mới : Gió đông, gió tây (truyện)

- Đăng tải trên Newvietart.com: Con nai tơ

NGUYỄN KHẮC NGỮ

1935-1992

Tiểu sử

Ông sinh năm 1935 tại Duyên Hà, Thái Bình, học sinh trung học Lê Quí Đôn tại Thái Bình.

Ông tốt nghiệp Cao học Sử, giáo sư Sử học tại Đại Học Sư Phạm Sài Gòn, có thời gian làm phụ tá khoa trưởng Đại Học Kinh Tế Thương Mại Minh Đức.

Di cư tỵ nạn cộng sản vào Nam năm 1954,

Nhập ngũ khóa 21 SVSQ Trừ Bị Thủ Đức, phục vụ trong binh chủng Không Quân.

Ngày 30 tháng 4 năm 1975 rời Việt Nam, định cư tại Montreal, Canada và lập gia đình tại đây, có một con trai. Anh mất năm 1992.

Tác phẩm

Sự đóng góp của Ông cho học thuật Việt Nam không phải nhỏ, với khoảng gần **20 đầu sách đủ loại**, đa số là sách Sử, Địa, Khảo cổ học và cả Nhân chủng học.

Từ cuối thập niên 50, Ông viết truyện ngắn (Dưới bóng

Hoàng Lan), viết kịch (Hỏa ngục), và cũng viết những bài nghiên cứu về ngôn ngữ Chàm, về Văn hóa Óc Eo, Phù Nam. Tới thập niên 70, Ông chú trọng hơn về Mỹ thuật Văn hóa Dân tộc, đã xuất bản *"Kỹ thuật và Mỹ thuật Tranh mộc bản Việt Nam,"* nghiêng qua cả chính trị và các đảng phái quốc gia,

GS THÁI CÔNG TỤNG

Cựu học sinh trường Quốc Học-Huế, tốt nghiệp kỹ sư Nông Học và cử nhân Khoa Học đại học Toulouse-Pháp, Tiến sĩ Khoa Học năm 1965.

Trước năm 1975: Giáo Sư ĐH Khoa Học, ĐH Văn Khoa, và TT Quốc Gia Nông Nghiệp Sài Gòn, giám đốc Viện Khảo Cứu Nông Nghiệp, trưởng khối Kế Hoạch và Kỹ Thuật Bộ Canh Nông.

Sau năm 1975, ông định cư ở Montreal Canada, làm việc với nhiều tổ chức trên thế giới tại: Haiti, Rwanda,

Nepal và Mali.

Tác phẩm

Là giáo sư môn Thổ Nhưỡng Học, ông đã viết cuốn sách giáo khoa Thổ Nhưỡng Học và nhiều bài biên khảo trong các tạp chí: Nghiên Cứu Sử Địa, Định Hướng, Truyền Thông, tạp chí như Định Hướng, Truyền Thông, Quốc Gia, Pháp Âm, Viên Giác. ... Đặc biệt cuốn *"Việt Nam: môi trường và con người"* được giải thưởng văn học của Hội Quốc Tế Y Sỹ Việt Nam Tự Do năm 2008. Khoảng 150 bài khảo luận của Ông được gom lại trong 2 cuốn *"Tình tự với thiên nhiên và cuộc sống"* do Amazon xuất bản và hiện bán trên Amazon.

Vài kỷ niệm với Ông

Trước năm 1975, Ông và tôi cùng giảng dạy tại Đại Học Văn Khoa Sài Gòn nên cũng có nhiều kỷ niệm với nhau.

Ông day môn thổ nhưỡng học (pedologie) rất khô khan cho ban Địa Lý nhưng ông đã làm cho môn đất đai trở thành ướt át, thi vị được sinh viên yêu thích nhờ kèm theo câu thơ câu hát, ca dao …

Những bài viết của Ông dù chỉ chuyên đất đai, cây cối, ruộng đồng... nhưng đều đậm chất thơ phảng phất chất nghệ sỹ trong từng câu, khiến một bài viết chuyên môn khô khan trở nên lôi cuốn. Thí dụ khi ông viết về rau thì kèm theo câu thơ hoặc câu ca dao.

Ai đâu mà chẳng biết ta
Ta ở Xóm Láng, vốn nhà trồng rau
Rau thơm, rau húng, rau mùi
Thì là, cải cúc, đủ loài hành hoa
Mồng tơi, mướp đắng, ớt cà
Bí đao, đậu ván vốn nhà trồng nên.

Kỷ niệm tại Montreal

Ngày 6/12/2024, chúng tôi đến thăm Ông và tiếng cười tuổi trẻ của Ông đã nở trên môi khi nhắc đến 72 giống chuối và giống nho vỏ trắng mà ông trồng thí nghiệm tại Phan Rang khi Ông làm giám đốc nông nghiệp thời VNCH. Ông rất thích chí cười kể lại là năm 2007 Ông về Việt Nam được người ta mời Ông ăn nho vỏ trắng mà Ông trồng thí nghiệm hồi thời quốc gia.

GS Thái Công Tụng (trái) và Lạp Chúc Nguyễn Huy
Hình V.H ngày 6/12/2024

NGUYỄN VY KHANH

Tiểu sử

Sinh ngày 05-03-1951 tại tỉnh Quảng Bình

- Tốt nghiệp Sư Phạm Việt Hán SàiGòn 1974,

- Cử nhân giáo-khoa 1973 và Cao học Triết Tây 1975,

Tái định cư ở Montreal, Canada từ ngày 14-5-1975, tốt nghiệp Cao-học Quản trị Thư viện và Khoa học Thông tin (MLS, đại học Montréal, 1978) chuyên viên thư viện từ 1978 ở Montréal và Quebec City.

Sinh hoạt văn hóa

Tổng thư ký tạp chí *Vietnamologica* (Montréal, 1994-97), cộng tác với tạp chí Định Hướng (France), tạp chí web Nhân Văn (San Jose CA), bán nguyệt san *Ngày Nay* Newspaper (Houston, TX), các tạp chí *Người Việt* Montréal-Canada, *Văn Học Mới* và *Ngôn Ngữ* ở Hoa-Kỳ. Năm 2002 tham gia chương trình nghiên cứu của University of Massachusetts Boston về Cộng đồng Người Việt Hải Ngoại (Rockefeller Project Diaspora: Study of the Vietnamese Overseas qua Trung tâm William Joiner, Boston) với *đề tài "Cộng đồng người Việt ở ngoài nước qua các vận động chính trị (1975-2000)"*

Tác-phẩm đã xuất-bản:

Ngô Đình Diệm Và Nỗ Lực Hoà Bình Dang Dở (dịch-thuật, "Ngo Dinh Diem En 1963" của Nguyễn Văn Châu; Los Alamitos CA: Xuân Thu, 1989); *Lỗ Tấn Và Truyện Xưa Viết Lại* (biên khảo và dịch-thuật; Los Alamitos CA: Xuân Thu, 1997); *Bốn Mươi Năm văn-học Chiến Tranh 1957-1997* (Glendale CA: Đại Nam, 1997); *văn-học Và Thời Gian* (Westminster CA: Văn Nghệ, 2000); *Văn-học Việt Nam Thế Kỷ XX: Một Số Hiện Tượng Và thể-loại* (Glendale CA: Đại Nam, 2004); *33 Nhà Văn Nhà Thơ Hải-Ngoại:* tuyển tập nhận-định văn-học (ebook; Montréal: TGXB, 2008; tái-bản Toronto: Nguyễn Publishing, 2016); *văn-học Miền Nam 1954-1975: nhận-định, biên-khảo và thư-tịch;* 2 tập (Toronto: Nguyễn Publishing, 2016; tb, Nguyễn Publishings, 2018; tb, San Jose CA: Nhân Ảnh, 2019).; *Trương Vĩnh Ký: Tinh-Hoa Nước Việt* (Toronto: Nguyễn Publishing, 2018); *44 Năm văn-học Việt-Nam hải-ngoại* (7 tập, thực hiện chung với Khánh Trường và Luân Hoán; San Jose CA: Mở Nguồn, 2019); *Nhà Văn Việt Nam Hải-Ngoại: tuyển tập nhận-định văn-học* (San Jose CA: Nhân Ảnh, 2019); *Văn-Học Quốc-Ngữ Thời Đầu và Miền Nam Lục-Tỉnh qua vài Nhận Định, Biên Khảo* (San Jose CA: Nhân Ảnh, 2021); *Sống và Viết ở Ngoài Nước* (Toronto: Nguyễn Publishing, 2021); *Cộng Đồng Việt Nam Hải Ngoại: tương lai từ lịch sử* (Toronto: Nguyễn Publishing, 2022); *Hồ Biểu Chánh (1885-1958) nhà văn miền Nam* (Toronto: Nguyễn Publishing, 2022); *Sơ thảo Văn-học Công-giáo Việt-Nam* (Toronto: Nguyễn Publishing, 2023) và *Văn-học Hải ngoại 50 năm* (3 tập; Toronto: Nguyễn Publishing, 2025)

Người đọc sách Anh

Mai Anh Tuấn: *Với tư cách là chuyên viên thư viện (librarian) ở Montréal và Quebec City từ năm 1978, quĩ thời gian của ông được ông để "ôn cố tri tân" trong nỗ lực đi tìm sự thực và ghi lại cho thế hệ sau, nhằm thúc đẩy cái Mới cũng như niềm hi vọng về thống nhất nhân tâm và địa lí… Sự trình bày tư liệu trong các công trình biên khảo của Nguyễn Vy Khanh có tính giáo khoa … Chú tâm vào văn học sử từ 1995, khởi đi từ nguyên tắc đi tìm chân thiện mĩ, tự nhận chỉ là nhà nghiên cứu nghiệp dư với bổn phận yêu quí sự thật hơn tình đồng hương, đồng ngũ…, Nguyễn Vy Khanh đã cho thấy những khía cạnh, giá trị văn hóa trong sinh hoạt văn học"* (MAT. "Chân dung phê bình: Nguyễn Vy Khanh", 2012)

"… với Nguyễn Vy Khanh, nhờ ưu thế vốn kiến thức cổ học, triết học khá thâm sâu, trên con đường biên khảo, ông còn được bảo trợ bởi những tư liệu xác tín mà ông được tiếp xúc hằng ngày thông qua công việc của một librarian (chuyên viên thư viện), đã cố gắng nhìn nhận và giải tỏa những khúc mắc và vấn nạn lịch sử của văn chương nhằm đi đến thống nhất nhân tâm và địa lí. Mục đích thống nhất nhân tâm và địa lí của ông, khi nhập vai hậu sinh là kẻ phê bình tối hậu mọi nền văn học đã qua,

thật không dễ nhưng xứng đáng được hi vọng và thúc đẩy… (MAT. "Phê bình văn học hải ngoại: nhắc một vài cuốn", 2013 – maianhtuan.wordpress.com).

Nhà văn **Cung Tích Biền** nhận xét về NVK: "*… từ sở Học tới sự Viết của Nguyễn Vy Khanh, thấy anh có nhiều may mắn thủ đắc những điều kiện tối yếu, tối cần, để trở thành một nhà nghiên cứu phê bình văn học tài năng và chuyên nghiệp.*

Trần Văn Nam: *Nhà biên khảo Nguyễn Vy Khanh thực hiện một công trình lớn, đầu tư rất nhiều thời gian tìm tòi, đúc kết, lao tâm tổng hợp, sau đó tự ý thức có sự hạn chế mà vẫn cứ tiến hành. Xuất bản một cuốn sách dầy đến 1530 trang trong hoàn cảnh nơi hải ngoại không có độc giả nhiều, số người lớn tuổi hiểu biết Văn học Miền Nam ngày càng hao hụt; tuổi trẻ nơi hải ngoại chỉ có một số ít lưu tâm, lại thêm ở thời kỳ phương tiện điện tử dần dần thay thế sách báo in ấn. Vậy tác giả Nguyễn Vy Khanh có mong ngóng sách của mình sẽ được phổ biến ở trong nước? Nếu có điều mong ngóng ấy thì chắc là mong ngóng trong tương lai…"*

Nguyễn Văn Sâm: *Tôi chú trọng tới bộ Văn Học Miền Nam 1954-1975* (Toronto, Nguyễn 2016) vì đó là tác phẩm quan trọng nhứt của NVK, cho chúng ta có cái nhìn toàn diện về một nền văn học đã bị phủ nhận bởi nhà cầm quyền mới trong nước: Văn Học Miền Nam 1954-1975 hay là Văn Học Việt Nam Cộng Hòa (theo ý nghĩ của tôi, NVS). …"*… NVK không dao to búa lớn nhưng việc làm của ông cho thấy lòng yêu văn chương đúng nghĩa của một bậc trí thức và lòng* yêu sự thật, *không bị chỉ thị chánh trị hướng dẫn. Tác phẩm của NVK xác định rằng có một thời gian trước đây ở Miền Nam nước Việt* **đã hiện hữu một thứ văn chương tạo nên nền văn học Miền Nam, xứng đáng là văn học.**

NGUYỄN
VY KHANH
VĂN HỌC MIỀN NAM
1954-1975
Tổng quan

NGUYỄN
VY KHANH
VĂN HỌC MIỀN NAM
1954-1975
Tác giả

NGUYỄN VY KHANH
VĂN HỌC
QUỐC NGỮ
THỜI ĐẦU
&
MIỀN NAM
LỤC TỈNH

NGUYỄN VY KHANH
VĂN HỌC VIỆT NAM
THẾ KỶ 20
MỘT SỐ HIỆN TƯỢNG
VÀ THỂ LOẠI
ĐẠI NAM

NGUYỄN VY KHANH
TRƯƠNG
VĨNH KÝ
Tinh Hoa Nước Việt
NGUYỄN Publishings 2018

NGUYỄN VY KHANH
SƠ THẢO
VĂN-HỌC
CÔNG-GIÁO VIỆT-NAM
NGUYỄN PUBLISHING
2023

LẠP CHÚC NGUYỄN HUY

Tiểu sử

Lạp Chúc Nguyễn Huy, sanh năm Bính Tý, quê quán tỉnh Nam Định.

Theo học trường Puginier *Hà Nội,* di cư vào Nam năm 1954, rồi theo học tại lycée Chasseloup Laubat *Sài Gòn*.

1965 cao học địa lý trường Đại Học Văn Khoa Sài Gòn

1966-1975 giảng dạy tại Đại Học Văn Khoa Sài Gòn, Đại Học Cao Đài, Tây Ninh.

1979 *vượt* biển đến đảo Pulau Bidong Mã Lai rồi định cư tại Quebec,

1981-1995 *làm việc* nghiên cứu về văn hóa và đời sống người Việt tỵ nạn cộng sản tại dépt. Anthropologie *đại học Laval, Québec.*

Hiện sống tại Montreal chuyên viết *sách văn* hóa *Việt,* Đạo Cao Đài *và* giảng dạy văn hóa Việt và văn hóa XHCN trên 3 website: Tập san Hưng Việt VHR tại Montreal Canada,Tập san Việt Học journal tại Cali (Cultural research, English section), Chim Việt Cành Nam tại Paris.

Tác phẩm

Trước 1975

1974 Marais salants de la province de Bạc Liêu, Société des Études indochinoises, T. XLIX.

1972 Hiện tình kinh tế Việt Nam, 2 tập, Lửa Thiêng xuất bản, Saigon.

1968 Les formations latéritiques à Bình Dương, Société des Études indochinoises, T. XLIII.

1962 Une agglomération de sampans habités à Saigon, C.O.M., T.XV, Bordeaux.

Sau 1975

Khảo cứu cộng *tác* (en collaboration) với dépt. Anthropologie *đại học Laval, Québec*.

2008 Des poids et des mesures dans les campagnes

du Vietnam, École française d'Extrême-Orient, (Institut de Recherche sur le Sud-Est Asiatique, T.2, Paris

1998 Le *Thờ Mẫu*, un chamanisme vietnamien? Anthropologie et Société, Université Laval, Québec

1993 De quelques usages du sel dans la culture vietnamienne, Collection Grand Sud N° 4, Prince of Songkhla University, Thaïland

1990 Le caodaïsme, Fleur de lotus et feuille d'érable, La vie religieuse des Vietnamiens du Québec, Université Laval, mars 1990

1987 Les Vietnamiens à Québec et leurs problèmes d'intégration, Centre international de recherche sur le bilinguisme, publication B-164, Canada.

1985 The survival of the Vietnamese language in Quebec, the Vietnam forum No.6, U.S.A.

Sách đã in

1. Văn hóa Việt

2025 Văn Nhân Việt Montreal, Nhân Ảnh xuất bản

2024 Đạo Phật XHCN, Nhân Ảnh xuất bản

2024 Văn hóa ẩm thực Việt, Nhân Ảnh XB. Bản Anh ngữ: The Vietnamese culinary culture, Nhân Ảnh 2024.

2022 Nội chiến văn hóa Bắc Nam 1975-1986 trên đất Việt, Nhân Ảnh XB. GS Vĩnh Thế Lâm, cựu giáo sư ĐH Vạn Hạnh và University of Saskatchewan, chuyển sang anh ngữ dưới tựa đề Cultural Civil War Between North and South (1975-1986) In Vietnam, NXB Nhân Ảnh 2022. GS

Louis Jacques Dorais, professeur émérite của ĐH Laval, Canada chuyển sang pháp ngữ dưới tựa đề Guerre civile culturelle entre le Nord et le Sud au Vietnam (1975-1986), Nhân Ảnh 2023.

2022 Định hình văn hóa Việt, Nhân Ảnh xuất bản GS Vĩnh Thế Lâm chuyển sang anh ngữ dưới tựa đề Characterizing the Vietnamese culture, Nhân Ảnh, 2022

2022 Chuyện lạ nước Việt, Nhân Ảnh xuất bản

1994 Văn Hóa Việt, Nắng Mới xuất bản, Canada.

2. Đạo Cao Đài

2023 The philosophy of Caodaism, a bilingual Vietnamese-English edit. Nhân Ảnh XB

2019 Lịch sử Hội Thánh Em, Liên Hiệp Hội Thánh Em xuất bản

2016 Âm Dương Ẩm Thực, TT Seatlle xuất bản

2015 Thiên Thư Tòa Thánh, Viện Nghiên Cứu Đạo Cao Đài USA xuất bản

2005 Le Caodaïsme, Théorie des Trois Trésors et des Cinq Fluides, Chân Tâm Publisher, California.

1995 Triết Lý Đạo Cao Đài, Minh Thiện xuất bản, Canada.

3. Sách sắp in

Suy nghĩ về Cộng Đồng Việt Montreal

Về sách văn hóa Việt của Lạp Chúc

Với tư cách là người cộng tác với Lạp Chúc trên mặt trận văn hóa chống cộng, nhà văn Xuân Tàm viết :" *Sau này chẳng còn bao xa, khi bóng dáng độc tài áp bức đã biến khỏi trên quê hương, nhưng cộng đồng người Việt vẫn tồn tại trên đất Montreal với hậu duệ của người Việt thế hệ 1 tỵ nạn cộng sản. Trong bối cảnh hậu duệ lãnh đạo cộng đồng thì văn hóa sẽ giúp cho con em nhận diện được nguồn gốc và bản sắc Việt. Vì tin tưởng như thế nên ông Lạp Chúc đã soạn thảo một bộ sách văn hóa Việt được dịch ra anh pháp ngữ như sau :*

Định hình văn hóa Việt*, Nhân Ảnh xuất bản, 2022. GS Vĩnh Thế Lâm chuyển sang anh ngữ dưới tựa đề Characterizing the Vietnamese culture, Nhân Ảnh, 2022 để giúp các thế hệ sau hiểu được văn hóa truyền thống của dân Việt và chính nền văn hóa này đã đánh bại văn hóa xã hội chủ nghĩa.*

Nội chiến văn hóa Bắc Nam *1975-1986 trên đất Việt, Nhân Ảnh XB, 2022 để các em làm lễ ngày 30/4 với một nụ cười là cha ông các em đã chiến thắng cộng sản trên mặt trận văn hóa và khi về Việt nam là các em gặp người Việt :"Hồn quốc gia, da cộng sản" tức người Việt có linh hồn (văn hóa) của người quốc gia như cha ông của em xưa nhưng phải khoác áo XHCN bên ngoài. GS Vĩnh Thế Lâm, cựu giáo sư ĐH Vạn Hạnh và University of Saskatchewan, chuyển sang anh ngữ dưới tựa đề Cultural Civil War Between North and South (1975-1986) In Vietnam, NXB Nhân Ảnh 2022. GS Louis Jacques Dorais, professeur émérite của ĐH Laval, Canada chuyển sang pháp ngữ dưới tựa đề Guerre civile culturelle entre le Nord et le Sud au Vietnam (1975-1986), Nhân Ảnh 2023.*

Văn hóa ẩm thực Việt, *Nhân Ảnh XB, 2023 để giúp các em hiểu được cơm Việt khi các em ăn cơm Việt hay tổ chức festival ẩm thực quốc tế. Bản Anh ngữ The Vietnamese culinary culture,*

Nhân Ảnh 2024 do GS Vĩnh Thế Lâm chuyển ngữ.

***Chuyện lạ nước Việt**, Nhân Ảnh XB, 2022 để các em hiểu các điều kỳ quái xuất xứ từ giáo dục, văn hóa XHCN."*

NGUYỄN VĂN LỤC

Tiểu sử

- Sinh năm 1938 tại Hà Nam, Bắc Việt

- Học ở Hà Nội cho đến ngày di cư vào Nam năm 1954.

- Cựu học sinh Chu Văn An, Sài Gòn

- Tốt nghiệp Đại Học Sư Phạm Đà Lạt, khoa Triết

- Dạy Triết ở các trường Võ Tánh Nha Trang, Ngô Quyền Biên Hòa, Văn Học Sài Gòn từ 1969.

- Định cư tại Montreal, Canada từ năm 1979 đến nay.

- Cộng tác các tạp chí Văn, Hợp Lưu, Tân Văn, Sài Gòn Nhỏ, Đàn Chim Việt, Một Góc Trời ...

Tác phẩm đã xuất bản

- Lịch Sử Còn Đó, Tân Văn - 2008

- 20 Năm Miền Nam 1955 – 1975, Tiếng Quê Hương - 2010

- Một Thời Để Nhớ, Nguyệt San Diễn Đàn Giáo Dân - 2011

- Tản mạn văn học, 2018

- Sử Việt nhìn lại, 2018

Ông Nguyễn Văn Lục: Nhà biên khảo

Nhà biên khảo là người viết khách quan sự thật ở đời gần giống như người viết sử, người khảo cứu khoa học. Nhà biên khảo viết cho người khác chứ không viết cho mình trộn lẫn hư cấu với sự thật ở đời.

Tác phẩm và bài viết đã vẽ nên chân dung ông Nguyễn

văn Lục là nhà biên khảo nghiêm túc, bản thân sống thực với nhiều biến cố. Vì vậy, điều đáng quí nhất trong các tác phẩm và bài viết có tính cách lịch sử của ông là những bài được coi như tài liệu sống thực của tác giả.

Muốn biết sự thật về Việt Kiều yêu nước tại Montreal đã trở thành người *"Hồn quốc gia, da cộng sản"* phục vu cộng sản tại Montreal như thế nào thì tìm đọc bài Hồ sơ đen về những kẻ phản bội chính trị (Tản mạn văn hóa, tr.412)

Muốn biết sự thật về người Bắc di cư năm 1954 thì bài viết Nhìn lại cuộc di cư 1954-1955 cho chúng ta biết sự thật của một chứng nhân sống thật trong biến cố đó.

Đọc Một Thời Để Nhớ sẽ cho chúng ta một cái nhìn có tính cách lịch sử về Tổng Thống Diệm của một người sống thực vào thời kỳ đó.

GS KHIẾU ĐỨC LONG

Tiểu sử

Sinh năm 1933, tại tỉnh Nam Định (Bắc Việt),

- Năm 1954 di cư vào Nam,

- Năm 1969, Cao học Văn chương Việt Hán tại trường Đại học Văn khoa Sài Gòn .

Cho đến năm 1975, ông lần lượt là giáo sư văn chương tại :

- Trường trung học Petrus Trương Vĩnh Ký và nhiều trương trung học khác, Sài Gòn.

- Giảng sư thỉnh giảng tại phân khoa Phật học, phân khoa Văn học và Khoa học Nhân văn của Viện Đại học Vạn Hạnh thuộc Giáo hội Phật giáo Việt Nam Thống Nhất tại Sài Gòn.

Năm 1991, Ông sang định cư tại Montréal, Canada.

Tác phẩm

Luận về nền văn hóa tổng hợp của dân tộc Việt Nam – Tập 1: Trước ảnh hưởng Tây phương

Luận về nền văn hóa tổng hợp của dân tộc Việt Nam – Tập 2: Tiếp nhận ảnh hưởng Tây phương

Bài viết

Bà Mẹ hiền nhất

Đặc tính gốc nước

Đất Mẹ Việt Nam!

Hậu duê Bắc di cư với ngày 30/4 – Khiếu Ngọc Lam (Ái nữ GS Khiếu Đức Long)

Nhân ngày giỗ QUỐC TỔ, bàn về ý nghĩa tục thờ cúng Tổ tiên

Sự thích ứng giữa tư tưởng Phật Giáo với tinh thần dân tộc qua một số tài liệu văn học

Tinh thần dân tộc

Vài nét về sự hình thành và tiến triển của tinh thần dân tộc qua lịch sử và văn chương

NGUYỄN KIẾN THIẾT

Nhà biên khảo Nguyễn Kiến Thiết (Hình Lê Quang Xuân)

Tiểu sử

Bút hiệu Trúc Lan, sanh năm 1945 tại làng Thuận Thới, huyện Trà Ôn, tỉnh Cần Thơ (nay thuộc tỉnh Vĩnh Long, Việt Nam);

- Tốt nghiệp Sư Phạm Sài Gòn 1967, Cử Nhân Văn

Chương 1969, Cao Học Văn Chương Việt Nam 1972, năm thứ Nhứt Tiến Sĩ Văn Chương Việt Nam 1974;

- Tổng Thơ ký Tòa soạn Tạp chí *Nghiên Cứu Văn Học* 1971-1972;

- Từng dạy học ở Bình Dương và một số trường Trung học Đệ Nhị Cấp ở Sài Gòn;

- Giáo Sư Viện Đại học Cần Thơ và Viện Đại học Hòa Hảo, An Giang từ 1974.

- Phó ban chỉ đạo công trình nghiên cứu *"Văn Hóa Dân Gian Đồng Bằng Sông Cửu Long"* Đại học Cần Thơ.

- Đã tổ chức đi *"điền dã"*, sưu tầm văn chương bình dân ở nông thôn các tỉnh Vĩnh Long, Trà Vinh, Cần Thơ, Bến Tre, Đồng Tháp, An Giang, Kiên Giang, Cà Mau, v.v...

- Định cư ở Montréal, Canada tháng 3, 1989;

- Tốt nghiệp trường Chuyên nghiệp Điện tử ở Canada, làm việc tại các hãng Điện tử (Philips, Prolex Canada) cho đến khi về hưu năm 2008;

Sanh hoạt văn hóa tại Montreal

- Giảng dạy một số chuyên đề về *Văn chương Việt Nam* (Ca dao miền Nam, Thơ văn Nguyễn Đình Chiểu) cho lớp Quê Hương Mến Yêu ở Montréal, Canada 1993-1994;

- Thuyết trình về *Ca dao miền Nam* tại Trung Tâm Văn Hóa Giáo Dục Hồng Đức, Montréal 2001;

- Thuyết trình về *Thú chơi Câu Đối* tại Đại hội Giáo chức Québec 2017;

- Trưởng Ban Giám Khảo *Cuộc thi Câu Đối* do Hội Giáo

chức Québec phát động năm 2017,

- Thành viên Ban Giám Khảo *"Giải Thơ Tạp Chí Văn Học Mới 2024"*

Đã cộng tác với các Tạp chí, Đặc san ở Việt Nam: *Nghiên Cứu Văn Học, Văn Nghệ* và tại hải ngoại: *Nắng Mới, Thời Báo, Đồng Nai-Cửu Long, Ngôn Ngữ, Văn Học Mới, Tân Văn, Sài Gòn Nhỏ, Nghệ Thuật, Quốc Gia, Hội Giáo Chức Québec, Hội Ái Hữu Gia Long, Hội Nguyễn Đình Chiểu, SaiGon Times,* v.v...

Tác phẩm

Sách sắp xuất bản:

- Tập truyện / Hồi ức Nguyễn Kiến Thiết;

- Thơ Trúc Lan & Các thi hữu.

Đã xuất bản

- *Những Trang Văn Đời Tôi,* nhà xuất bản Văn Học Mới Hoa Kỳ, 2021;

- 2021 *Nguyễn đăng gia phả,* NXB Thuận Hóa-Huế, 2021

- *Những Mảnh Vụn Văn Học,* nhà xuất bản Văn Học Mới Hoa Kỳ, 2025.

- *Tánh Cách Đặc Thù Của Ca Dao Miền Nam,* xuất bản năm 1972

Nguyên Chủ bút báo Quốc Gia Trần Mộng Lâm viết :"*Văn phong của anh, dù anh không nhận, cũng mài mại văn phong ông Vương Hồng Sến, hay nói đúng hơn, anh ở giữa ông học giả họ Vương và ông vua phiếm Song Thao. Đọc xong, đóng cuốn sách lại, tôi suy nghĩ vẩn vơ: Con người này không thể có kẻ thù. Anh hiền quá, anh nhân hậu quá, như phần lớn các bạn tôi, người của sông Tiền, sông Hậu*".

Nhà giáo Trương Thị Khoa Nghi: " *Đọc những đoản văn mượt mà, thấm đẫm tình quê, tôi thấy quê hương mình sao giàu đẹp và đáng yêu quá! Xuyên suốt tác phẩm tôi thấy biểu hiện rõ nét tính cách hiền hòa, khiêm tốn, tôn sư, trọng bạn và biết ơn mọi người của nhà giáo Kiến Thiết, một đức tính mà đức Đạt Lai Lạt Ma cho là đáng quý nhất của con người*"

Nhà biên khảo Lạp Chúc Nguyễn Huy đã nhận xét: "*Trong căn nhà Văn Học Thành Văn của Montreal mới nở một bông hoa mới là cuốn sách "Những Trang Văn Đời Tôi" của Nguyễn Kiến Thiết. Cuốn sách 254 trang tràn đầy tình cảm với song thân, bạn bè, thầy học từ nhỏ đến bậc đại học … lâu lâu được điểm những vần thơ trữ tình của Trúc Lan (bút hiệu của anh). Xin chúc mừng Hội Nhà Giáo và cảm phục sự hy sinh thời gian, tiền bạc của tác giả để phục vụ đời sống tinh thần của chính mình trước đã và sau đó là độc giả (...). Bài viết về Đông*

Hồ thì thật là tuyệt làm sáng tỏ nhiều thắc mắc của tôi. Cám ơn anh đã viết tặng cùng với một vết son trên sách".

Nhà báo Đỗ Nghi, cựu Chủ bút Thời Báo đã nhận định "*Anh viết quá kỹ.*

Kể chuyện mà như biên khảo. Anh viết quá hiền lành, kể cả những chỗ cần phải nổi nóng. Văn chương thể hiện tâm tính, chắc chắn anh phải là một người rất điềm đạm và đầy cân nhắc".

Để giới thiệu cuốn "*Những trang văn đời tôi*", nhà văn Nguyễn Văn Sâm viết: "*Cuốn Những Trang Văn Đời Tôi là tập hợp những bài viết của Nguyễn Kiến Thiết về nhiều vấn đề, từ những kỷ niệm với người cha tài hoa từng là thầy giáo, một người soạn tuồng cải lương, một người diễn viên, tới hai người thầy để nhiều ấn tượng trong đời anh là nhà thơ Đông Hồ và LM Thanh Lãng. Với ai anh cũng nhắc bằng những lời tôn kính, biết ơn, thân thiết. Anh viết về những người bạn, những người sống chung quanh anh - mà người ngoài không thể nào biết được (...) Tôi, và chắc người đọc ở thành phố, thích đọc những chuyện như vậy như ngày xưa Sơn Nam được đón nhận nồng nhiệt cuốn Vọc Nước Giỡn Trăng (...) Anh nói về Thú Chơi Sách, Thú Mua Sách, về cuộc đời vươn lên từ một người ở tỉnh lẻ, việc học khó khăn, bắt đầu bằng những bước cố gắng tuyệt cùng để trở thành sinh viên Tiến Sĩ ban Việt Văn năm 1974, và con đường trở thành giảng viên ở Đại Học Văn Khoa và Sư Phạm Cần Thơ, một Đại Học có thể là một trong những cái nôi văn hóa của nước Việt Nam Cộng Hòa trước đại hồng thủy 1975 coi như đã được định."*

Lạp Chúc Nguyễn Huy (trái) và Nguyễn Kiến Thiết
(Montréal, 2024)

LÂM VĂN BÉ

Tiểu sử

Nhà biên khảo Lâm Vĩnh Bình tên thật là Lâm Văn Bé,

Trước năm 1975

Năm 1964, tốt nghiệp Ban Sử Địa trường Đại Học Sư Phạm Sàigòn và có Cử Nhân Văn Khoa tại Đại Học Văn Khoa Sàigòn.

Từ năm 1964 đến 1968, giáo sư tại trường Trung Học Nguyễn Đình Chiểu, Mỹ Tho rồi Hiệu Trưởng trường nầy (1968- 1971)

Năm 1972, Chánh Sự Vụ Sở Học Chánh tỉnh Định Tường,

1973-1975, Tổng Thư Ký Viện Đại học Tiền Giang

Sau 1975

Định cư tại Montréal từ tháng 5 năm 1975.

1978, tốt nghiệp Cao Học Thư Viện học (Maîtrise en Bibliothéconomie tại UDM)

Năm 1980, biên mục viên (catalogueur) cho Thư Viện Đại học Polytechnique.

Năm 1982, ông được Thành Phố Montréal giao phó việc nghiên cứu thành lập một thư viện đa văn hóa (Bibliothèque multiculturelle) cho các sắc tộc Việt ở Mỹ, Canada, Pháp, Úc.

Năm 2003, Giám đốc Sở Văn hóa và Thư Viện của Quận hạt Côte-des-Neiges/Notre-Dame-de Grâce (Chef du Service de la culture et des bibliothèques de l'Arrondissement CDN/NDG), quản trị 2 nhà Văn hóa và 3 Thư viện của Quận hạt.

Hưu trí năm 2007, thành viên sáng lập và chủ bút tờ Nguyệt San Người Việt Montréal,

Ông là tác giả thường xuyên có những bài viết về cộng đồng, văn hóa, giáo dục, xã hội, tại Canada;

Một trong số những người chủ trương trang web Nam Kỳ Lục Tỉnh.

Cộng tác viên của tập san Nghiên Cứu Văn Hoá Đồng Nai & Cửu Long,

Tác phẩm

"Giá Tự Do" do nhà xuất bản Truyền Thông phát hành năm 2014 là tác phẩm biên khảo được trao tặng Giải Nhất Văn Học Hải Ngoại Năm 2014, của Hội Y Sĩ Quốc Tế Việt Nam Tự Do. **Giá Tự Do** là tác phẩm nghiên cứu đầu tiên bằng tiếng Việt viết về cuộc di cư và lập cư của người Việt trên thế giới.

Một số biên khảo về chính trị, xã hội, trên thế giới

- Trung Quốc: một cường quốc nửa vời

- Trung Quốc: một cường quốc cô đơn

- Khi Trung Quốc là nhà máy khổng lồ của thế giới

- Khi Trung Quốc làm thay đổi thế giới

- Nhân quyền từ Mao đến Xi

- Một vành đai, một con đường

- Hàn Quốc và Singapore, hai con rồng kỳ lạ

- Từ tổng thống thiên tài đến đồ tể sát nhân Putin (với Nguyễn Thị Cỏ May)

- Covid và cuồng nộ (với Nguyễn Thị Cỏ May)

- Từ kỳ thị tù nhân đến kỳ thị có hệ thống ở Quebec

- Minneapolis, biểu tượng của nạn kỳ thị chủng tộc ở Mỹ

- Người Québécois qua lăng kính người Québécois

- Diện mạo người Việt ở Canada

Tại sao viết Giá Tự Do?

Là vì Ông rất băn khoăn về thế hệ con cháu của chúng ta, khi thế hệ cha, ông lần lượt vĩnh viễn ra đi *«Thế hệ con cháu người tỵ nạn cần có một văn bản ghi lại dấu vết của quá khứ, để cho chúng biết lý do của cuộc ra đi, hành trình gian khổ của ông cha trên đường vượt biển vượt biên cũng như những ngày tháng họ phải khiêng vác trong các hãng xưởng hay phải đi học lại buổi tối sau một ngày làm việc cật lực cốt để đưa chúng bằng mọi giá trở lại trường học hầu có một ngày mai tươi sáng trên trường đời.... ''*

Vì vậy mà trong mỗi chương mục của tác phẩm dày hơn 400 trang khổ lớn này, luôn có những bảng liệt kê, hay những biểu đồ so sánh các con số, cho thấy tác giả thận trọng với từng dữ kiện, cân nhắc từng chi tiết để trả lại sự thật khách quan cho một giai đoạn lịch sử quan trọng và, cũng đầy thương đau của tập thể Việt tỵ nạn, rải rác khắp năm châu.

Người đọc sách Ông

Năm 2017, văn thi sĩ **Du Tử Lê** đã viết :

«*...Ở tác phẩm "Giá Tự Do," người đọc gần như không thấy chỉ dấu cảm xúc cá nhân mà chỉ có những dữ kiện, những con số, tự chúng nói lên sự thật, từng bị chôn vùi, xuyên tạc bởi nhiều học giả, với nhiều lý do, uẩn khúc khác nhau! Với nhiều người, tác phẩm "Giá Tự Do" của Lâm Vĩnh Bình, không chỉ là một nỗ lực trả lại sự thật, trả lại danh dự cho tập thể người lính cũng như mấy triệu đồng bào tỵ nạn Việt khắp năm châu, mà "Giá Tự Do" của họ Lâm còn như một nén hương thắp muộn, gửi tới gần nửa triệu đồng bào vùi thân dưới biển cả, hay mất* *xác giữa rừng sâu… trên đường đi tìm tự do. Chính những nén hương thắp muộn, tưởng nhớ tới những người đã nằm xuống kia của nhà nghiên cứu Lâm Vĩnh Bình, sẽ là đường dẫn tâm linh, giúp những thế hệ trẻ mai sau, cảm nhận được sự thật của bi kịch to lớn hơn trong lịch sử cận đại Việt Nam, giai đoạn 1954-1975»*

Năm 2014, TS Stephen B. Young viết :«*Công của GS Lâm Vĩnh Bình rất lớn. Ông nghiên cứu khoa học nhờ đó ông giúp người đọc thấy rõ đời sống của bà con người Việt Nam, dưới nhiều mặt như nuôi dạy con cái thành tài, gìn giữ truyền thống văn hóa dân tộc là sự tự do theo tinh thần Phật giáo và Lão giáo của tổ tiên Việt tộc. Họ cương quyết từ khước bằng cả mạng sống, cái kiếp sống phải nhẫn nhục dưới một chế độ cộng sản ác ôn là những người không biết tôn trọng đạo đức dân tộc VN mà theo tôi, đó là những giá trị tinh thần rất lớn và quan trọng….*

Tác phẩm *"Giá Tự Do"* của Ông là một nén tâm hương thắp nên để trả lại sự thật, trả lại danh dự cho tập thể chiến sĩ VNCH, cho mấy triệu đồng bào tỵ nạn cộng sản khắp năm châu, của gần nửa triệu đồng bào vùi thân dưới biển sâu, hay mất xác giữa rừng sâu… trên đường đi tìm tự do.

LÊ QUỐC

Tiểu sử

Tên thật là Lê Văn Châu, sanh năm 1934 tại Long Mỹ, tỉnh Vĩnh Long,

Cử nhân văn khoa,

Cao học kinh tế-tài chánh HVQGHC/VNCH,

Giáo sư trung học đệ nhị cấp

Đốc sự hành chánh, Phó trưởng ty thuế vụ Q.6-11 ĐT Sài Gòn,

1962 Sinh viên khóa 14 sĩ quan trừ bị Thủ Đức,

1972 trung úy biệt phái,

Sau năm 1975,

1975 tù cải tạo, vượt biên, định cư tại Montreal

Sanh hoạt văn hóa

- Cộng tác với các báo Làng Văn, Sài Gòn nhỏ, Tân Văn, Đồng Nai Cửu Long, Người Việt Montréal, phó chủ tịch Văn Bút vùng Quebec.

Tác phẩm

- Một góc trời quê

Người đọc văn Anh

Nhà văn Trang Châu :"*Viết về đồng quê miền Nam, tác giả có một văn phong như những nhà văn viết về vùng đất mới miền Nam nước Việt như Hồ Trường An, Kiệt Tấn, Sơn Nam... Ai là những người ưa thích chuyện đồng quê là lại không mê nghe kể về những nơi sông rạch, ruộng vườn. Như lưới cá,giăng câu, đặt lờ đóng đáy làm vó, tát đìa...*". Cách hành văn rất giản dị thí dụ như khi tả người con gái nghèo dậy thì :"*Con gái trộng lắm, ăn mặc rách rưới quá, vú mớm nơ nơ ra như vậy tội nghiệp*".

Nhà văn Mộng Lâm :" *Qua ngòi bút của mình, nhà văn Lê Quốc đã đưa chúng ta theo chân một thanh niên miền Nam, nổi trôi theo những biến cố dồn dập của mảnh đất này, từ thời còn là thuộc địa Pháp, đến thời "một cổ hai tròng" với những sự tàn ác của Việt Minh, sang thời Việt Nam Cộng Hòa ... và sau đó những "thuyền nhân", "kiếp sống lưu đày..."*

LÊ QUỐC
MỘT GÓC TRỜI QUÊ
TUYỂN TẬP
Dòng sông Long Hồ
VĂN BÚT VÙNG QUÉBEC - ONTARIO

THÁI VIỆT

Tiểu sử

Nhà văn Thái Việt quê quán tại miền Bắc Việt Nam.

Ông tốt nghiệp trường Đại học Luật Khoa, giảng dạy trường sĩ quan quân đội Việt Nam Cộng Hòa.

Sau 1975, ông bị đi học tập cải tạo,

Năm 1984 đến định cư tại tỉnh Québec,

Các bài viết của Ông rất đa dạng từ thơ, văn, khảo cứu đến lịch sử, từ biên luận tới quan điểm chính trị. văn thơ của ông từng được truyền đạt qua chương trình phát thanh hải ngoại như bài Viết Về Mẹ, Người Em và phổ biến trong báo chí của Cộng Đồng Người Việt Hải Ngoại.

Tác phẩm

Gánh Nặng Di Sản do Trung Tâm Dân Chủ Cho Việt Nam xuất bản. Nội dung gồm 3 phần: *"Di Sản Của Tổ Tiên," "Gánh Nặng Di Sản,"* và *"Có Tìm Được Lối Ra Không."*

Người đọc sách anh

Nhà biên khảo Lạp Chúc Nguyễn Huy:''*Trong các sách biên khảo về văn hóa, chúng tôi chỉ viết về vẻ đẹp của văn hóa Việt. Trái lại, Thái Việt có ''gan'' liệt kê cả những cái xấu, lỗi thời của văn hóa cần phải được loại bỏ khỏi ''Gánh nặng di sản''.*

Nhà biên khảo Nguyễn Kiến Thiết :'' *Để viết quyển Gánh nặng di sản, tác giả Thái Việt đã chọn lọc hơn 60 tác phẩm trong thời gian dài gồm đủ mọi lãnh vực, như nghiên cứu phê bình văn hóa, văn học, triết học v.v...''*

Nhà xuất bản :'' *Quyển sách này của Thái Việt đưa ra nhiều điểm xấu của văn hóa Việt Nam với mục đích giữ gìn văn hóa tốt đẹp của dân tộc để người Việt có quyền yêu quí nó một cách chính đáng, sau khi mọi người đồng ý vứt đi những giá trị lỗi thời có thể làm người ta lánh nó''.*

TỪ UYÊN NGUYỄN BÁ HOA

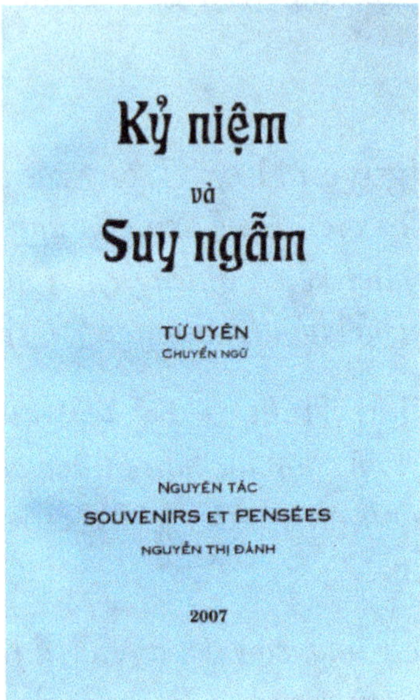

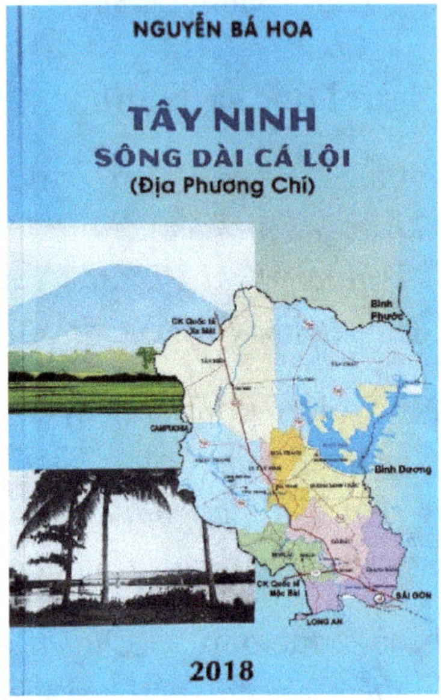

NGUYỄN THANH BẠCH LÝ THỊ BẠCH NGA

CẢ NGỐ HỌ TRỊNH

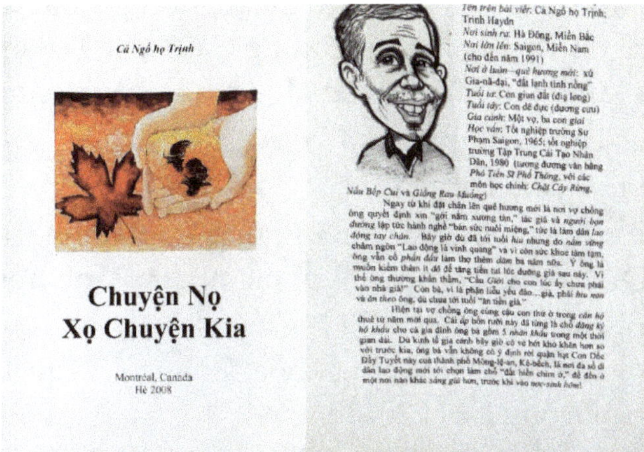

Tên trên bài viết: Cà Ngố họ Trịnh; Trinh Haydn
Nơi sinh ra: Hà Đông, Miền Bắc
Nơi lớn lên: Saigon, Miền Nam (cho đến năm 1991)
Nơi ở luôn—quê hương mới: xứ Gia-nã-đại, "đất lạnh tình nồng"
Tuổi ta: Con giun đất (địa long)
Tuổi tây: Con dê đực (dương cưu)
Gia cảnh: Một vợ, ba con giai
Học vấn: Tốt nghiệp trường Sư Phạm Saigon, 1965; tốt nghiệp trường Tập Trung Cải Tạo Nhân Dân, 1980 (tương đương văn bằng *Phó Tiến Sĩ Phổ Thông*, với các môn học chính: *Chặt Cây Rừng, Nấu Bếp Củi* và *Giồng Rau Muống*)

Ngay từ khi đặt chân lên quê hương mới là nơi vợ chồng ông quyết định xin "gởi nắm xương tàn," tác giả và *người bạn đường* lập tức hành nghề "bán sức nuôi miệng," tức là làm dân *lao động tay chân*. Bây giờ dù đã tới tuổi *hưu* nhưng do *nắm vững* châm ngôn "Lao động là vinh quang" và vì còn sức khỏe tàm tạm, ông vẫn cố *phấn đấu* làm thợ thêm *dăm* ba năm nữa. Ý ông là muốn kiếm thêm ít *đô* để tăng tiền tài lúc đường già sau này. Vì thế ông thường khấn thầm, "Cầu *Giời* cho con lúc ấy chưa phải vào nhà già!" Còn bà, vì là phận liễu yếu đào...già, phải *hưu non* và *ăn theo* ông, dù chưa tới tuổi "ăn tiền già."

Hiện tại vợ chồng ông cùng cậu con thứ ở trong *căn hộ* thuê từ năm mới qua. Cái *ấp* bốn rưỡi này đã từng là chỗ *đăng ký hộ khẩu* cho cả gia đình ông bà gồm 5 *nhân khẩu* trong một thời gian dài. Dù kinh tế gia cảnh bây giờ có vẻ hơi khó khăn hơn so với trước kia, ông bà vẫn không có ý định rời quận hạt Con Dốc Đầy Tuyết này của thành phố Mông-rê-an, Kê-bếch, là nơi đa số di dân lao động mới tới chọn làm chỗ "đất hiền chim ở," để đến ở một nơi nào khác *sáng giá* hơn, trước khi vào *nọc-sinh hôm*!

Ghi chú:

Hiện tại chúng tôi đang cố gắng tìm kiếm tài liệu về các nhà thơ/văn của Montreal dưới đây:

Nhà thơ Dương Tử, tên thật Dương Khắc Đệ với thi phẩm đã xuất bản: Con Đường Cải Tạo (Trường thi), Tổ Hợp Xuất Bản Miền Đông Hoa Kỳ ấn hành năm 1990.

Nữ sĩ Trình Chung

Nhà thơ Tâm Huyền

Nhà văn Khánh Giao (BS Phùng Văn Hạnh, cựu CT/ CĐNVQG vùng Montréal) với tác phẩm: Tình Yêu Hiện Sinh Một Kiếp Người (2019)

Nhà văn Chân Hội Đăng (họa sĩ Nguyễn Tấn Tài) với Bước Theo Dòng Đời (2018)

Nhà văn Nguyễn Phương với tác phẩm:Buồn vui đời nghệ sĩ (2005)

Nhà văn Thiên Phúc, Võ Đệ (bút hiệu Trùng Dương)

Ký giả Nguyễn Phương: Buồn vui đời nghệ sĩ.

Chân Hội Đăng (Hoạ sĩ Nguyễn Tấn Tài): Bước theo dòng đời

BÁO CHÍ

Đã có một thời báo chí Montreal phát triển rồi trưởng thành với những tạp chí thuần túy văn chương, tạp chí văn học nghị luận nhưng rồi dần dần chết theo đà Internet lớn mạnh và lão hóa của cộng đồng và giới trí thức[32] (người đọc, người viết đều lớn tuổi, bệnh tật, chết; tuổi trẻ tiếp nối rất ít).

Hiện nay (2024), sự bảo vệ thành trì CĐNVQGVM được tiếp sức bởi 2 tờ báo luôn luôn dương cao danh tính quốc gia cờ vàng: Tờ báo in Quốc Gia của CĐNVQGVM của thế hệ 1 tưởng nhớ quá khứ; Tờ báo online Hưng Việt của BS Dương Đình Huy mang biểu tượng tương lai của giới trẻ thế hệ 2, 3,

---

32 Muốn biết chi tiết đầy đủ báo chí ở Ở Montreal thì đọc bài của biên khảo Nguyễn Vy Khanh. Trong quá khứ, Dân Quyền và Đi Tới là hai tờ báo in mang danh tính quốc gia cờ vàng trên đất Montreal. Tờ Dân Quyền của Trương Trí Vũ và Trần Hà Việt, số 1 (Xuân Mậu Ngọ) ra đầu tháng 2-1978 đến số 106 ra tháng 6-1987 thì ngừng. Tờ Đi Tới của ông Đoàn Minh Hóa, số ra mắt tháng 5 năm 1994, số cuối 84 ra tháng 10-2005 sau 12 năm góp mặt sinh hoạt văn-hóa và chính-trị của người Việt hải-ngoại.

Báo Quốc Gia là cơ quan thông tin của CĐNVQGVM , số ra mắt tháng 12 năm 1988 thời chủ tịch Nguyễn Văn Cường, chủ-bút hiện nay là nhà văn Trang Châu. Nội-dung có rất nhiều bài giá trị của những cây viết nổi tiếng thuộc thế hệ 1. Tuy nhiên, theo tình trạng chung đa số người Việt đọc *'báo chợ'* như Thời báo và các báo in không có trợ cấp đều lần lượt đình bản, báo Quốc Gia *' hình như'* đang định hướng hình-thức xuất-bản cho phù hợp với tình hình lão hóa của những cây viết kỳ cựu và thiếu cây viết trẻ tiếp nối.

Hưng Việt là tờ báo tương lai của thế hệ 2, 3 được dựng nên bởi hai bác sĩ trẻ Dương Đình Huy, Cấn thị Bích Ngọc với sự cộng tác của chuyên viên điện toán Đoàn Minh Luân làm trụ cột kỹ thuật cho tờ báo. Rất nhiều bài tường thuật sanh hoạt của giới trẻ như múa hát tổ chức Festival Việt... hướng về tương lai tươi sáng chứ không khóc lóc than vãn số phận.

Điều đáng ghi nhớ thứ hai là các người trẻ Hưng Việt đã xây dựng tượng đài *"**Câu chuyện người vượt biển**"* với ý nghĩa sâu xắc của thế hệ trẻ hướng về tương lai. Trong khung cảnh trẻ trung của tờ Hưng Việt cũng có xen kẽ những bài của thế hệ 1 như:

- Các bài khảo cứu rất giá trị của GS Thái Công Tụng,

-Những hình chụp nghệ thuật của nhiếp ảnh gia Lê Quang Xuân đã đạt nhiều giải thưởng quốc tế[33],

-Những loạt bài hướng dẫn văn hóa Việt cho thế hệ trẻ của Lạp Chúc Nguyễn Huy: Hướng dẫn định hình

33 Huy chương vàng và bạc toàn quốc Canada 1995. Giải Chân Dung và Trừu Tượng năm 1996.

văn hóa Việt, Nội chiến văn hóa Bắc Nam (1975-1986) trên đất Việt với hậu quả là cộng sản thất trận văn hóa, Văn hóa ẩm thực, Đạo Phật XHCN.

Báo chí Montreal trong quá khứ

Đã có thời báo chí Montreal phát triển với:

1. Tạp chí

Các tạp-chí thuần túy văn-chương, tạp-chí văn-học nghị luận nhưng không sống lâu với thời-gian chết dần theo đà lão hóa của cộng đồng và giới trí thức (người đọc, người viết đều lớn tuổi, bệnh tật, chết; tuổi trẻ tiếp nối rất ít hoặc hội nhập dòng chính Âu Mỹ), và cuối cùng là vì mạng Internet lớn mạnh.

2. Báo định kỳ

Tập san Y Sĩ do Hội Y Sĩ Việt-Nam tại Canada chủ trương, địa chỉ liên lạc tại Montreal, xuất-bản từ năm 1976 cho đến nay. Đến năm 1987 thì thay đổi hình-thức theo khổ tạp-chí lúc đầu thiên về thông tin, liên lạc với các hội viên y sĩ, không chỉ tại Canada mà cả ở nhiều quốc-gia khác, về sau thêm phần chuyên khoa, biên khảo và văn-nghệ khiến cho tạp-chí thêm phong phú. Có những số chủ đề như về *"Nguyệt san Tình Thương" (184, 2010)*, tập san còn tổ chức hội thảo, bàn tròn và còn là nhà xuất-bản cho một số tuyển tập và tác-phẩm như Chết Em Rồi, Bác Sĩ Ơi ! của Tôn Kàn, 1995, Những Gì Còn Nhớ của Từ Uyên, 2001…

Dân Quyền (nguyệt san thông tin nghị luận, tiếng nói của người Việt đấu tranh cho dân quyền). Tờ Dân Quyền số 1 (Xuân Mậu Ngọ) ra đầu tháng 2-1978 đến số 106 ra tháng 6-1987 thì ngưng mặt báo chí.

Tờ Niềm Tin song ngữ Pháp-Việt, (tiếng nói cộng đồng Công-giáo Việt-Nam Montréal) số 1 khổ tabloid 8 trang ra ngày 15-8-1979.

Từ đầu năm 1981 xuất hiện đặc san **Vượt Biển**, (Tiếng nói của người Việt tranh đấu cho tự do và nhân quyền) in typo, hổ trợ một lực lượng đấu tranh giải phóng Việt-Nam. Đến số 59 Xuân, Vượt Biển đổi thành tạp-chí **Nắng Mới** (tạp-chí văn-nghệ thông tin nghị luận) theo hoàn cảnh đấu tranh chính-trị mới, số 1 ra tháng 2&3 năm 1988, với chủ bút Vũ Ngọc Hiến và cuối cùng đổi khổ báo tabloid cùng đổi mới thêm mục điện ảnh, phim bộ nhưng không tồn tại được lâu, số cuối ra năm 1994.

Đi Tới *"tờ báo của người Việt xa xứ"*, sau thêm phụ đề *"dân-tộc-nhân bản-khai phóng"*, số ra mắt tháng 5 năm 1994, chủ-nhiệm Đoàn Minh Hóa Số cuối 84 ra tháng 10&12-2005 sau 12 năm góp mặt sinh hoạt văn-hóa và chính-trị của người Việt hải-ngoại, đã thành công gây thao thức về tương lai dân-tộc và đất nước cũng như nhìn lại một số biến cố lịch-sử với những quan điểm và tầm nhìn khác nhau,...

Người Việt Montreal Canada, (nguyệt san thông tin, nghị luận văn-hóa), ra mắt tháng 4 năm 2009, chủ-nhiệm Trần Mộng Lâm. Đến số 44 tháng 2-2013 thì báo trở thành *"cơ quan ngôn luận của Hội Cựu Quân Nhân QLVNCH/ Montréal"*, chủ nhiệm Lê Văn Trang, chủ-bút Trần Mộng Lâm và Nguyễn Lương Tuyền phụ tá.

Ngọn Đuốc, (tạp-chí văn-học nghệ-thuật thông tin-giải trí-đời sống), 3 tháng ra 1 số, ra mắt tháng 4-2007 (đến nay được 45 số, 10-11-12/2012), của Nhóm cùng tên,

Chu Diệp chủ-nhiệm, Sỏi Ngọc chủ-bút, thường có chủ đề và nghiêng về văn-học nghệ-thuật bên cạnh những mục thông tin, giải trí, đời sống như mục-đích của tờ báo đã đề ra.

3. Đặc san

Vietnamologica do hai giáo sư Lê Hữu Mục và Thái Công Tụng chủ trương.

Thẩm Mỹ của nhạc sĩ Phạm Mạnh Cương, số 1 ra tháng 12-1994 chuyên về nghệ-thuật trình diễn; trước đó nhạc sĩ đã ra tờ Đêm Màu Hồng.

Nghệ Thuật (số 1, 6-1994) bán nguyệt san rồi nguyệt san *"văn-nghệ điện ảnh thông tin"* của nhạc sĩ Lê Dinh, nội-dung văn-nghệ, lập trường chính-trị vững, nay đã đình bản.

Đặc san bất định kỳ như :Thời Luận, Thời Nay, Văn Lâm Xã Tuyển tập, Hội Phụ nữ Việt-Nam có đặc san Phụ Nữ , Đặc san CLB S.A.I.M., Hội Rồng Vàng, Viễn Du…

Nội san của Hội Giáo Chức Quebec

Báo-chí hội đoàn như : Tờ Quân Lực (Tiếng nói Tập Thể Cựu Quân Nhân QLVNCH tại Canada vùng Montréal), ra những số đặc san Xuân 1985 … Gia-đình Mũ Đỏ Việt-Nam – Chi hội Canada có những số đặc san Cánh Dù Viễn Xứ. Đặc san Gia-đình Cựu giáo chức Việt-Nam tại Québec.

4. Báo chí của *"Người quốc gia, da cộng sản"* tức nhóm sinh viên du học phản bội Việt Nam Cộng Hòa :

-Tờ Thế Hệ (số đầu tháng 12-1967, đình bản năm 1974, có bài và phụ bản của Võ Đình),

Tiền Phong (của Hội Việt kiều Yêu nước tại Canada, số 1 ra tháng 6-1970), Đất Việt (số 1 ngày 15-2-1975, số cuối bộ 20 số 6&7 tháng 6&7-1989),

Đến cuối năm 1987 thì Hội Việt kiều Yêu nước tan vỡ, phía báo chí rẽ ra thành Người Việt (Lương Châu Phước, số 1 tháng 3-1989 và số cuối tháng 3-1990) rồi Diễn Đàn Người Việt (1992, chủ-bút Nguyễn Thị Thanh), phe thứ 2 duy trì tờ Đất Việt rồi phải đổi thành Đất Mới số 1 tháng 8-1989 số cuối tháng 9&10-1992,

Tóm lại, về báo-chí hải-ngoại kể cả ở Canada, nhà biên khảo Nguyễn Vi Khanh đã phân biệt các thời điểm với những đặc điểm riêng của mỗi giai đoạn nhưng có thể nói đến 2 điểm chính:

1- Chống Cộng: mỗi giai đoạn chống Cộng cập nhật theo tình thế nhưng nói chung vẫn tinh thần không chấp nhận chủ nghĩa và con người cộng-sản, có những thiết yếu, căn bản nhưng cũng có những phong trào và con người quá đà, thiển cận – như vụ phủ nhận văn-học phản kháng của các nhà văn trong nước, …

2- Hòa hợp và thương mại nói chung trong hiện tình chỉ có lợi cho nhóm và cá nhân người làm báo, không chút lợi nào cho tương lai dân-tộc. Cuộc chiến quốc-cộng ít khi thật mà thường là ân oán cá nhân, tập đoàn hay mục-đích bán báo, làm tiền. Không thể có hòa hợp và phi chính-trị ! Và ở đâu vẫn còn độc tài chính-trị thì không có tự do ngôn luận, do đó báo-chí không thể đóng trọn vai trò !

Nhưng dù có tệ, khuyết, dù chưa thật sự tạo uy tín vững bền với cộng đồng và dù chưa có cơ sở tầm cở quốc tế về truyền thông, báo chí người Việt trong những năm qua vai trò quả quan trọng và có công đầu là duy trì một nếp sống văn-hoá, với ngôn ngữ và những bảo tồn văn-hoá dân-tộc!

Nội San
Gia Đình Cựu Giáo Chức
Việt Nam tại Québec
2011
Tạp Chí
VĂN HỌC VIỆT
Số mùa xuân
Tết Kỷ Hợi
2019

ĐẶC SAN
VIỄN DU KÝ
TransCanada 2017
ỦY BAN THUYỀN NHÂN CANADA
CÂU LẠC BỘ
S.AI.M
26
ĐẶC SAN XUÂN KỶ HỢI
2019
RỒNG VÀNG
Đặc San Xuân Canh Tý 2020

KẾT TỪ
HUY CHƯƠNG VÀ GIẢI THƯỞNG

Trên tượng đài văn hóa Việt Montreal Canada, có gắn tên 5 văn nhân đoạt giải thưởng và huy chương:

Cuốn *"Y Sĩ Tiền Tuyến"* (bút ký), của văn nhân **Trang Châu** đoạt giải Văn Học nghệ Thuật Toàn Quốc, năm 1969.

Cuốn *"Việt Nam: môi trường và con người"* của **Thái Công Tụng và Lê Hữu Mục** được giải thưởng văn học của Hội Quốc Tế Y Sỹ Việt Nam Tự Do năm 2008

Cuốn *"Giá Tự Do"* của **Lâm Văn Bé** do nhà xuất bản Truyền Thông phát hành năm 2014 là tác phẩm biên khảo được trao tặng Giải Nhất Văn Học Hải Ngoại Năm 2014, của Hội Y Sĩ Quốc Tế Việt Nam Tự Do

Và người thứ năm là nhiếp ảnh gia **Lê Quang Xuân** đã gắn lên tượng đài văn hóa Montreal rất nhiều huy chương và giải thưởng quốc tế sau :

- Giải nhất ảnh trắng đen (First Place Monochrome Prints) với tác phẩm: *"EARLY*

MORNING FOGS" năm 1995 (44th Annual Exhibition Canadian Photo Salon, July 1995, Winnipeg, Manitoba, Canada)

- Hai giải đặc biệt về Chân Dung và Trừu Tượng toàn quốc Canada năm 1996 (Special Award Portrait and Special Award Abstract The 8th Photographic Competition Camera Canada Print Exhibit). Giải Chân dung với tác phẩm *"Frightened"*. Giải Trừu tượng với tác phẩm *"Long Journey"*

National Association
for Photographic Art

Best Portrait

1996 Camera Canada Print Exhibit
Winnipeg

This certificate is awarded to:

Quang Xuan Le

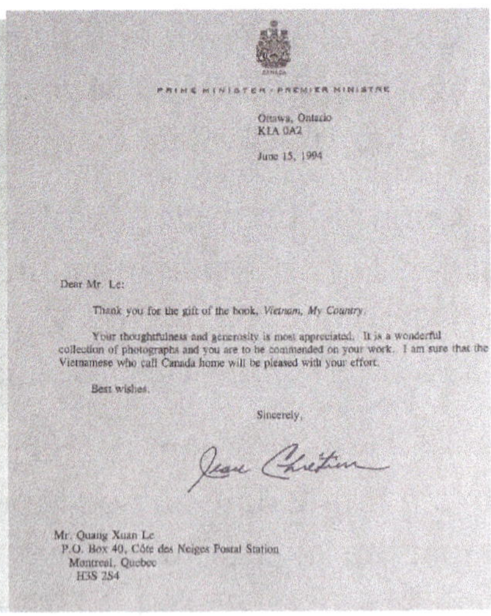

PRIME MINISTER · PREMIER MINISTRE

Ottawa, Ontario
K1A 0A2

June 15, 1994

Dear Mr. Le:

Thank you for the gift of the book, *Vietnam, My Country*.

Your thoughtfulness and generosity is most appreciated. It is a wonderful collection of photographs and you are to be commended on your work. I am sure that the Vietnamese who call Canada home will be pleased with your effort.

Best wishes.

Sincerely,

Jean Chrétien

Mr. Quang Xuan Le
P.O. Box 40, Côte des Neiges Postal Station
Montreal, Quebec
H3S 2S4

PRINT
(IND)
TOP PHOTO
MAR. 95
QUANG-XUAM
LE
NAPA
NATIONAL ASSOCIATION FOR PHOTOGRAPHIC ART
CANADA

LÊ QUANG XUÂN

Nhiếp ảnh gia Lê Quang Xuân

Nhiếp ảnh gia Lê Quang Xuân sinh năm 1941 tại Tân Hào, Bến Tre, định cư tại thành phố Montréal, Gia Nã Đại từ năm 1985.

Nhiếp ảnh gia Lê Quang Xuân là một trong những môn đệ đắc ý nhất của cố nhiếp ảnh gia Phạm Văn Mùi và Nguyễn Cao Đàm. Ông đã làm quen với nhiếp ảnh từ năm 1964.

Sở trường của ông là chụp ảnh Quê hương với những

cảnh sắc thiên nhiên ở khắp miền đất nước mà ông có dịp đi qua. Ngoài ra ảnh hưởng của ông còn có một đặc điểm mà trong giới ảnh nghệ thuật Việt Nam phải công nhận đó là nghệ thuật đuổi bắt từng phân ánh sáng, từng luống màu sắc của những lúc mặt trời lộng lẫy sáng mai, mặt trời hồng óng ả chiều tối. Chính nét đặc thù này đã làm cho những tác phẩm của ông thêm phần nuột nà óng chuốt về Quê hương. Ảnh của ông đã xuất hiện nhiều trên các bìa sách và tạp chí Việt ngữ tại hải ngoại.

Nhiếp ảnh gia Lê Quang Xuân là người Á Đông duy nhất và cũng là người Việt Nam đầu tiên được bầu vào Ủy viên Ban Chấp Hành Hội ảnh Hoàng Gia Anh tại vùng Đông và Trung Canada được thành lập từ năm 1994 (Committee of The Royal Photographic Eastern and Central Canada).

- Hội viên Hội ảnh Hoàng Gia Anh Quốc ARPS (Associateship the Royal Photographic Society of Great Brian)

- Hội viên Hội Ảnh Nghệ thuật Quốc Gia Canada CAPA (The Canadian Association for Photographic Art)

- Hội viên Hiệp Hội Nhiếp ảnh Hoa Kỳ PSA (The Photographic Society of America)

Ông đã đoạt được nhiều huy chương và bằng khen cao quý trong các cuộc triển lãm ảnh Quốc Tế. Riêng tại Canada, nhiếp ảnh gia Lê Quang Xuân đã đoạt:

- Giải nhất ảnh trắng đen (First Place Monochrome Prints) với tác phẩm: *"EARLY MORNING FOGS"* năm 1995 (44th Annual Exhibition Canadian Photo Salon, July 1995, Winnipeg, Manitoba, Canada)

- Hai giải đặc biệt về Chân Dung và Trừu Tượng toàn quốc Canada năm 1996 (Special Award Portrait and Special Award Abstract The 8th Photographic Competition Camera Canada Print Exhibit). Giải Chân dung với tác phẩm *"Frightened"*. Giải Trừu tượng với tác phẩm *"Long Journey"*

- Đặc biệt một bộ ảnh gồm 24 tác phẩm Màu và Trắng đen về Việt Nam đã được Viện Bảo tàng Canadian Museum of Civilization tại Ottawa, thủ đô Canada triển lãm suốt 2 năm liền từ tháng 10 năm 1998 đến tháng 10 năm 2000.

Tác phẩm đã xuất bản:

- Việt Nam Quê Hương Tôi, một tuyển tập Ảnh và Thơ với sự góp mặt của hơn bốn mươi Văn thi hữu cảm xúc sáng tác sau khi xem ảnh Lê Quang Xuân xuất bản năm 1993. Tập ảnh này đã được Thủ tướng Canada Jean Chrétien và Chủ tịch Hiệp Hội Nhiếp ảnh Hoa kỳ Pauline Sweezey gởi thư khen ngợi.

- Bộ Bưu ảnh Phong Cảnh Việt Nam xuất bản năm 2002

LÊ QUANG XUÂN
VIỆT NAM
QUÊ HƯƠNG TÔI
NẮNG MỚI

GIAI ĐOẠN 3

HẬU DUỆ CỦA KHÚC NỐI DÀI

Cho đến nay, tác phẩm văn hóa của thế hệ 2, 3 nổi bật nhất tại Montreal là:

- Tác phẩm văn chương nổi tiếng quốc tế của thế hệ 2: Kim Thúy

- Nhà văn và chủ bút báo Ngọn Đuốc của thế hệ 2: Sỏi Ngọc

- Tác phẩm nghệ thuật tượng đài Câu Chuyện Người Vượt Biển

- Sanh hoạt văn hóa của các bạn trẻ như báo chí, phim ảnh, ẩm thực, festival … đang ở giai đoạn đầu và mang màu sắc của một thế hệ đã hội nhập tốt đẹp với văn hóa xã hội mới.

Văn sĩ KIM THÚY

Văn sĩ Kim Thúy, sinh năm 1968 tại Sài Gòn. Năm 1979 khi lên 10, cô cùng gia đình vượt biên bằng đường biển thoát sang Malaysia tỵ nạn rồi được định cư ở Montreal Canada.

Năm 1990, cô Kim Thúy đã đậu văn bằng Cử Nhân (Bachelor's degree) của Đại Học Montreal về môn ngôn ngữ học (linguistics) và phiên dịch (translation) rồi 3 năm sau, lại đậu văn bằng Luật Khoa cũng của trường đại học này.

Cô Kim Thúy sau đó làm nghề phiên dịch (translator) và thông dịch (interpreter) trước khi được tuyển vô làm cho Công Ty Luật Strikeman Elliott đặt trụ sở tại Montreal để giúp vào một dự án liên quan tới Việt Nam. Sau khi trở về Montreal, cô Kim Thúy mở một nhà hàng ăn có tên là *"Ru de Nam"*, tại nơi này cô đã giới thiệu các món ăn Việt Nam cho cộng đồng Montreal. Cô Kim Thúy đã hoạt động tại nhà hàng ăn trong 5 năm, sau đó cô dành trọn một năm để viết văn sáng tạo. Hiện nay cô Kim Thúy sinh sống tại Longueuil, ngoại ô của thành phố Montreal.

Tác Phẩm văn sĩ Kim Thúy.

Ru, 2009

À toi (2011), cùng viết với Pascal Janovjak

Mãn (2013)

Vi (2016)

Le secret des Vietnamiennes (2017).

Các Giải Thưởng và Bằng Cấp Danh Dự (Awards and Honours)

Grand Prix RTL-Lire (Ru), Paris Salon du livre (2010)

Grand Prix La Presse, Essay/Practical Books category (Ru), Montreal Salon du livre (2010)

The Governor General's Literary Award for French-language fiction (Ru) (2010)

Grand prix littéraire Archambault (Ru) (2011)

Mondello Prize for multiculturalism (Premio Modello per la Multiculturalità, Italy) (Ru) (2011)

Paul-Gérin-Lajoie Award for tolerance, Fondation

Ensemble (2013)

Canada Reads winner (Ru), Canadian Broadcasting Corporation (CBC) (2015)

Knight of the National Order of Quebec (Ordre national du Québec) (2015)

2017 NordSud International Prize (for Il mio Vietnam, the Italian translation of her novel Vi), Pescarabruzzo Foundation (2017)

Honorary Doctorate, Concordia University (2017).

Một trong 4 nhà văn được đề cử dự giải Tân Hàn Lâm Văn Học - New Academy Prize in Literature (được lập ra năm 2018 thay thế giải Nobel Văn học).

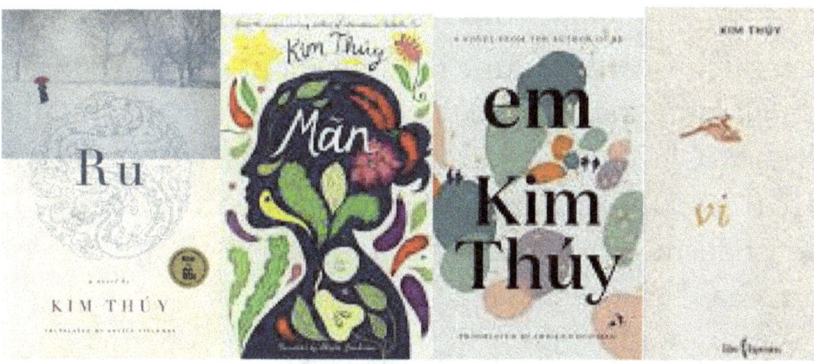

Về tiểu thuyết của Kim Thúy

Các chủ đề chính của tác phẩm Kim Thúy là hậu quả nội chiến giữa Bắc Nam, sự di dân chạy trốn cộng sản, tình mẹ con và gia đình, sự tranh đấu và đổi mới...Các tiểu thuyết của Cô Kim Thúy có đặc điểm chung là viết bằng tiếng Pháp với tên sách tiếng Viêt một chữ nhưng có hai nghĩa mang dấu ấn của hai nền văn hóa trong người Cô, thí dụ **Vi** là nhỏ nhưng đọc lên thì cho âm thanh tiếng Pháp là Vie, **Em** cho âm thanh tiếng Pháp là Aime, **Ru** theo tiếng Việt là **Lời Ru** còn theo tiếng Pháp là **con suối nhỏ**. Đây là một từ đã được nhà văn Kim Thúy chọn lựa kỹ càng để đóng khung và bao gồm bên trong các mẩu chuyện được kể lại.

Ngay tác phẩm đầu tiên tên là "RU", đã nhận được Phần Thưởng Năm 2010 của Toàn Quyền (the Gorvernor General's Award)[34]. được đề nghị tham dự Giải Thưởng Scotiabank Giller năm 2012 (The 2012 Scotiabank Giller Prize) và Giải Thưởng Tiểu Thuyết Đầu Tiên Amazon năm 2013 (The 2013 Amazon.ca First Novel Award). Ngoài ra, cuốn tiểu thuyết này cũng được dịch ra tiếng Đức, Tây Ban Nha, Thụy Điển, và Ý.

Đề tài cuốn tiểu thuyết Ru là kể lại hành trình của thuyền nhân vượt biển trốn chay nạn công sản và cũng là một tác phẩm văn học mô tả hình ảnh chân thực nguồn gốc của Cộng Đồng người Việt tỵ nạn cộng sản tại Montreal. Và nhà văn này đã mô tả cảnh vượt biển trên một con thuyền nhỏ bồng bềnh: "*một ngọn đèn nhỏ treo bằng một sợi dây, buộc vào một cái đinh rỉ sét, đã tỏa ra một thứ ánh sáng yếu ớt và không thay đổi. Sâu vào bên trong con thuyền, không*

34 *Được cô Sheila Fischman dịch sang tiếng Anh và phổ biến vào năm 2012*

có sự phân biệt giữa sáng và tối. Ánh sáng của ngọn đèn đã bao phủ chúng tôi giữa cảnh vô tận của biển cả và bầu trời ở chung quanh. Các người ngồi trên boong thuyền đã kể lại cho chúng tôi biết rằng, không có biên giới giữa màu xanh da trời và màu xanh nước biển. Không ai biết chúng tôi đang hướng về thiên đường hay chìm sâu vào bên trong lòng biển. Thiên đường và địa ngục đều ôm lấy con thuyền".

Cuốn tiểu thuyết Ru cùng với các tác phẩm khác đã đưa Cô cùng với 3 tác giả khác vào chung kết của giải Nobel văn chương của Hàn Lâm Viện Mới là vì các tiểu thuyết của nhà văn nữ Kim Thúy đã *"vẽ lên những màu sắc, hương thơm và mùi vị của Việt Nam cũng như những hiểm nguy của cuộc hành trình lưu vong và để tìm kiếm bản dạng".*

Ru là cuốn tiểu thuyết đầu tiên của một người Canada gốc Việt. Người kể chuyện giả tưởng trong cuốn truyện đã chia xẻ các chi tiết về đời sống của cô Kim Thúy và tác phẩm có thể được coi là một hồi ký (a memoir) đã đổi tên.

Tác phẩm Ru của nhà văn Kim Thúy đã nằm trong *"Nền Văn Chương Canada gốc Việt"* (the Vietnamese Canadian literature), đã trình bày các kinh nghiệm của tác giả, đã được phê bình rộng rãi và thành công về thương mại, tất cả là nhờ nghệ thuật đẹp đẽ của cách viết văn giả tưởng (the beautiful art of fiction), cách mô tả day dứt và sâu đậm của tác giả về thân phận con người tỵ nạn và di dân, cùng với lòng yêu mến chân thành các giá trị văn hóa Việt Nam. Tác phẩm Ru được viết ra bằng tiếng Pháp, đã được dịch sang 27 ngôn ngữ và gần đây nhất là dịch sang tiếng Ukraine.

Theo Nguyễn Vinh, một người làm trong lĩnh vực nghiên cứu Văn chương và Văn hóa tại Đại học McMaster University, ông đánh giá về *"Ru"* như sau: *"Một từ đơn âm tiết, để chỉ điệu hát ru con trong tiếng Việt và chỉ một dòng chảy, dòng suối nhỏ trong tiếng Pháp, được lựa chọn kỹ càng để làm tựa đề cho quyển sách của cô, và từ "Ru" đã thành công trong việc định hình và bao quát tất cả những mảnh ghép khác nhau tạo nên câu chuyện kể trong "Ru". Những chủ đề chính của tác phẩm "Ru": chiến tranh và di cư, nghĩa vụ làm mẹ và gia đình, đấu tranh và hồi sinh; tất cả vang lên chỉ trong một từ "Ru". Đó là điều mà Kim Thúy đã làm được chỉ với một từ. Quả vậy chỉ với lượng ngôn từ ngắn ngủi thôi, đã tạo nên vẻ đẹp cho từ "ru" cũng như quyển tiểu thuyết mang tên nó. Ru, cũng là hành động thiện lành nhất của con người, và cũng là câu hỏi day dứt vang lên trong trái tim độc giả rằng sao bây giờ đất nước vắng lời ru?".*

SỎI NGỌC

Sau văn sĩ Kim Thúy là Lê Ngọc Huyền, bút hiệu Sỏi Ngọc, nhà văn thơ, chủ bút báo với nhiều giải thưởng. Sỏi Ngọc là biểu tượng cho thơ văn, báo chí của thế hệ 2: Học trường Pháp mà lại viết văn làm báo tiếng Việt.

Tiểu sử

Sỏi Ngọc sanh tại Dalat-VietNam, học sinh "*trường Đầm*" Marie-Curie Sài Gòn.

-Năm 1985 qua Canada theo diện bảo lãnh và định cư tại Montreal,

-Tốt nghiệp HEC, làm cho caisse Desjardins 32 năm từ 1990-2022,

-1996-2008: giám đốc caisse succ Ste-Justine- Montreal (santé)

-Nghỉ hưu non để đi du lịch, viết lách và nghệ thuật.

-Hiện nay Sỏi Ngọc đang ở tuổi ''*Tứ thập niên tiền, nhị thập tam*'' (23 tuổi cách đây 40 năm)

Tác phẩm văn hóa

Tập văn thơ Nắng Biếc (cùng với Hồng Thủy), Ngọn Đuốc XB năm 2010,

Chủ bút báo Ngọn Đuốc từ năm 2006 đến năm 2021, ngừng bản ở số 57,

Thường cộng tác cho tới bây giờ với báo: Thời Nay, Thời Luận (với chú Hoàng Lê Montreal), Việt báo (Mỹ), Saigonnho (Mỹ), Người Việt (Mỹ), báo Quốc Gia vùng Mtl, site Hưng Việt, Văn Thơ Lạc Việt, Văn bút tao đàn (Mỹ)

Giải thưởng : Được giải ba năm liên tiếp về văn học nghệ thuật, hạng 3 (2015), hạng 2 (2016), hạnh nhất 1 (2017) với Văn Thơ Lạc Việt, Saigon Nhỏ 2023.

Tuyển Tập Văn Thơ
HỒNG THÚY & SỎI NGỌC
Nắng
Biếc

TÁC PHẨM NGHỆ THUẬT:
TƯỢNG ĐÀI BOAT PEOPLE

Tượng đài boat people là di chứng văn hóa đầu tiên của thế hệ 2 trên đất Montreal.

Trưởng ban tổ chức xây tượng đài : Hai bác sĩ trẻ Dương Đình Huy và Cấn thị Bích Ngọc thuộc thế hệ 2,

Nhà thiết kế: Đỗ Hữu Hoài,

Đúc tượng: Jean Pierre Busque

Ngày Lễ Khánh Thành Tượng Đài Câu chuyện người vượt biển được tổ chức ngày 28 tháng 8 năm 2021 tại công viên Atholstan tại góc đường Laird và Saint-Claire, Mont Royal.

Mô hình của tượng đài mang ý nghĩa:

- *Biểu tượng con thuyền của* **Boat People người việt tỵ nạn cộng sản :** *Bia tam giác tượng trưng cho mũi thuyền,*

- *Biểu tượng người Việt tỵ nạn cộng sản tại Montreal: Tượng người mẹ kể chuyện cho con trai mình, thế hệ thứ ba, về lịch sử thuyền nhân (Boat People).*

Tượng đài này biểu tượng cho **Boat People và cánh buồm vượt biển của người việt tỵ nạn cộng sản** tại Montreal. Tuy kích thước tượng đài bé nhỏ như một hòn sỏi trước tượng Nữ Thần Tự Do của Nữu Ước, nhưng cũng mang ý nghĩa giống như Nữ Thần Tự Do và thuyền buồm Mayflower biểu tượng cho **Boat People tỵ nạn tôn giáo** vào đầu thế kỷ 17 tại Âu Châu.

Vậy chúng ta có thể coi tượng đài **Câu chuyện người vượt biển** như biểu tượng của người Việt tỵ nạn cộng sản tại Montreal không? Nếu được như vậy thì tượng đài thuyền nhân sẽ là di chứng sỉ nhục cộng sản thâm trầm nhất tại Montreal.

Dắt nhau về lũ con từ hải ngoại,
Dựng Cờ Vàng xây đắp lại quê hương
Cho tiếng hát lại hòa vang xóm nhỏ,
Cho rộn ràng tiếng sóng Mẹ Trùng Dương

Hai bác sĩ trẻ xây dựng tượng đài:
Dương Đình Huy và Cấn thị Bích Ngọc

SANH HOẠT VĂN HÓA

Hưng Việt phác họa tờ báo tương lai của thế hệ 2, 3 được dựng nên bởi hai bác sĩ trẻ Dương Đình Huy, Cấn thị Bích Ngọc với sự cộng tác của chuyên viên điện toán Đoàn Minh Luân làm trụ cột kỹ thuật cho tờ báo. Rất nhiều bài tường thuật sanh hoạt của giới trẻ như múa hát tổ chức Festival Việt... hướng về tương lai tươi sáng chứ không khóc lóc than vãn số phận.

Điều đáng ghi nhớ thứ hai là các người trẻ Hưng Việt đã xây dựng tượng đài "***Câu chuyện người vượt biển***" với ý nghĩa sâu sắc của thế hệ trẻ hướng về tương lai. Trong khung cảnh trẻ trung của tờ Hưng Việt cũng có xen kẽ những bài của thế hệ 1 như:

- Các bài khảo cứu rất giá trị của GS Thái Công Tụng,

-Những hình chụp nghệ thuật của nhiếp ảnh gia Lê Quang Xuân đã đạt nhiều giải thưởng quốc tế[35],

35 Huy chương vàng và bạc toàn quốc Canada 1995. Giải Chân Dung và Trừu Tượng năm 1996.

-Những loạt bài hướng dẫn văn hóa Việt cho thế hệ trẻ của Lạp Chúc Nguyễn Huy: Hướng dẫn định hình văn hóa Việt, Nội chiến văn hóa Bắc Nam (1975-1986) trên đất Việt với hậu quả là cộng sản thất trận văn hóa, Văn hóa ẩm thực, Đạo Phật XHCN.

Vovinam Việt Võ Đạo

Trong nhiều sinh hoạt của cộng đồng, Vovinam[36] đều gởi võ sinh đến biểu diễn võ thuật đặc thù của Việt Nam. Vovinam được sáng lập bởi võ sư Nguyễn Lộc trước Thế Chiến 2. Sau ngày 30/4/75, hai cố chưởng môn Lê Sáng và Trần Huy Phong đều bị cộng sản bắt đi tù cải tạo nhiều năm.

Trình diễn văn hóa

Gia đình phật tử chùa Quan Âm

Các em thanh thiếu nhi trong gia đình phật tử Quan

36 215 Rue Jean-Talon O 2nd floor, Montreal, QC, Canada, Quebec

Âm[37] luôn luôn đóng góp nhiều màn trình diễn đặc sắc (múa quạt, múa nón, múa hoa sen ...) trong cac sinh hoạt văn hóa của CĐNVQGVM.

Các em được chia thành đội:

- Đội Sen Xanh là đội của các em Thiếu Nam
- Đội Sen Vàng là đội của các em Thiếu Nam
- Chúng Sen Đỏ là chúng của các em Thiếu Nữ.

Đội trống Văn Lang Montreal

Đội Trống Văn Lang-Montreal do cô Lưu Mỹ Vân thành lập năm 2023 với sự giúp đỡ của Cộng Đồng Công Giáo Việt Nam để tiếp nối *"Hội Trống và Vũ Văn Lang lạc Việt"* của chú cô là cố nghệ sĩ Lưu Bình.

Thành viên. Hiện nay Đội Trống gồm khoảng 30 tay trống và có lớp đào tạo các thành viên trẻ mỗi tuần trưa Chúa Nhật tại CDCGVN-Montreal

Sanh hoạt. Tham dự hầu hết các sanh hoạt lớn của Cộng Đồng như Hội ChợTết, kỷ niệm Quốc Hận 30/4, Lễ Tưởng Nhớ Hai Bà Trưng, La Fête des Enfants de Montréal,

---

37 Gia đình Phật tử Quan Âm, Chùa Quan Âm, 3781 Av DeCourtrai Montreal, Điện thoại 514-735-9425

Festival Orientalys …

Đội trống Văn Lang trước tượng đài chiến sĩ VNCH ngày 30/4 với chị trưởng ban Mỹ Vân (đứng giữa ở hàng đầu), anh chị Anh Võ, Tuấn và các anh chị khác đã trình bày hai bản nhạc:"Hòn Vọng Phu I" và "Chiến Sĩ Vô Danh" hết sức xuất sắc và vô cùng cảm động

Liên Đoàn Lạc Việt - Montreal, Canada

Vào ngày 15 tháng 12 năm 2009 Liên Đoàn Lạc Việt[38] đã được hội đồng hướng đạo Quebec, trực thuộc Hướng Đạo Canada, chính thức công nhận sự ra đời của liên đoàn. Vào ngày 15 tháng 12 năm 2009, Liên Đoàn Lạc Việt dưới sự chỉ dẫn của nhiều huynh trưởng tràn đầy nhiệt huyết và tinh thần Hướng đạo đã được hội đồng hướng đạo Quebec, trực thuộc Hướng Đạo Canada, chính thức công nhận sự ra đời của liên đoàn, đánh dấu một bước ngoặc lớn trong việc phát huy tinh thần Hướng Đạo.

38 Địa chỉ : Nhà thờ St-Sixte
1897 Rue de L'Église,
St-Laurent, Quebec H4M 1E6 Điện Thư
(Email) :   liendoanlacvietmontreal@yahoo.ca

Hoạt động cho Cộng Đồng

Liên đoàn Lạc Việt tham dự nhiều sanh hoạt quan trọng của người Việt quốc gia như :

Các Thanh Sinh và các Trưởng cùng tham dự Lễ Tưởng niệm ngày Quân Lực Việt-Nam Cộng-Hòa tại Đài Tưởng Niệm Tử Sĩ QLVNCH và Đồng Bào Vượt Biên tử nạn trong khuôn viên nghĩa trang Saint Francois d'Assise Montreal do Hội Bảo Vệ Di Sản Việt Nam tổ chức với sự tham dự của Thân Hào Nhân Sĩ và các Hội Đoàn tại Montreal.

Một tuần trước Tết, Liên đoàn Lạc Việt lại tham gia công tác thiện nguyện cùng với Cộng Đồng Người Việt Quốc Gia Montreal. Ngày Tết Nguyên Đán, các đoàn sinh cùng các trưởng và phụ huynh đã thay phiên nhau phụ trách việc bán vé vào cửa, phụ trách gian hàng trò chơi dành cho các thanh thiếu nhi và gian hàng quảng bá của liên đoàn.

Các đoàn sinh cùng các trưởng và phụ huynh đã thay phiên nhau phụ trách việc bán vé vào cửa, phụ trách gian hàng trò chơi dành cho các thanh thiếu nhi và gian hàng quảng bá của liên đoàn.

Các ấu sinh đã đóng góp một tiết mục văn nghệ «*Thằng Bờm*» vui nhộn cùng với những hình thú thật ngộ nghĩnh.

Lễ tưởng niệm nhân ngày Quốc Hận 30-04 tại Montreal
Canada - Thứ bảy 27-04-2024
Các Thanh, Thiếu Sinh và các Trưởng cùng tham dự Lễ tưởng niệm nhân ngày Quốc Hận 30-04 tại tượng đài chiến sĩ VNCH.

KẾT TỪ : HUY CHƯƠNG

Văn sĩ Kim Thúy của thế hệ 2 đã gắn 9 Huy chương và giải thưởng quốc tế lên tượng đài văn hóa Montreal.

Grand Prix RTL-Lire (Ru), Paris Salon du livre (2010)

Grand Prix La Presse, Essay/Practical Books category (Ru), Montreal Salon du livre (2010)

The Governor General's Literary Award for French-language fiction (Ru) (2010)

Grand prix littéraire Archambault (Ru) (2011)

Mondello Prize for multiculturalism (Premio Modello per la Multiculturalità, Italy) (Ru) (2011)

Paul-Gérin-Lajoie Award for tolerance, Fondation Ensemble (2013)

Canada Reads winner (Ru), Canadian Broadcasting Corporation (CBC) (2015)

Knight of the National Order of Quebec (Ordre national du Québec) (2015)

2017 NordSud International Prize (for Il mio Vietnam, the Italian translation of her novel Vi), Pescarabruzzo Foundation (2017)

Nhà văn và nhà báo Sỏi Ngọc học trường Pháp từ nhỏ mà lại làm thơ văn viết báo chữ Việt để đoạt được nhiều giải thưởng sau:

Giải văn chương với Văn Thơ Lạc Việt bên Mỹ Cali, giải 1, 2, 3 vào những năm 2015, 2016, 2017, giải văn chương với Người Việt 2017 và với Saigon Nhỏ 2023[39].

39 Tài liệu do Sỏi Ngọc cung cấp

TÁC PHẨM CỦA LẠP CHÚC NGUYỄN HUY

Sách đã in

1. Văn hóa Việt

2025 Văn nhân Việt Montreal, Nhân Ảnh xuất bản

2024 Đạo Phật XHCN, Nhân Ảnh xuất bản

2023 Văn hóa ẩm thực Việt, Nhân Ảnh XB[40] 🥲

2022 Nội chiến văn hóa Bắc Nam 1975-1986 trên đất Việt, Nhân Ảnh XB[41] 🥲

2022 Định hình văn hóa Việt, Nhân Ảnh xuất bản[42] 🥲

2022 Chuyện lạ nước Việt, Nhân Ảnh xuất bản 🥲

1994 Văn Hóa Việt, Nắng Mới xuất bản, Canada.

1992 Religion et adaptation: les réfugiés vietnamiens au Canada, Université Laval, Canada. *

1990 Fleur de lotus et feuille d'érable, La vie religieuse des Vietnamiens du Québec,

---

40 Bản Anh ngữ : The Vietnamese culinary culture, Nhân Ảnh 2024.

41 GS Vĩnh Thế Lâm, cựu giáo sư ĐH Vạn Hạnh và University of Saskatchewan, chuyển sang anh ngữ dưới tựa đề Cultural Civil War Between North and South (1975-1986) In Vietnam, NXB Nhân Ảnh 2022; GS Louis Jacques Dorais, professeur émérite của ĐH Laval, Canada chuyển sang pháp ngữ dưới tựa đề Guerre civile culturelle entre le Nord et le Sud au Vietnam (1975-1986), Nhân Ảnh 2023.

42 GS Vĩnh Thế Lâm chuyển sang anh ngữ dưới tựa đề Characterizing the Vietnamese culture, Nhân Ảnh, 2022

Université Laval, mars 1990*

1988 Exile in a cold land, a Vietnamese community in Canada, Yale Center, U.S.A. *

1984 Les Vietnamiens du Québec: profil sociolinguistique, Centre international de recherche sur le bilinguisme, B.136, Québec

Hiện tình kinh tế Việt Nam, 2 tập, Lửa Thiêng xuất bản, Saigon.

2. Đạo Cao Đài

2023 The philosophy of Caodaism, a bilingual Vietnamese-English edit. Nhân Ảnh XB 🤤

2019 Lịch sử Hội Thánh Em, Liên Hiệp Hội Thánh Em xuất bản

2016 Âm Dương Ẩm Thực, TT Seatlle xuất bản

2015 Thiên Thư Tòa Thánh, Viện Nghiên Cứu Đạo Cao Đài USA xuất bản

2005 Le Caodaïsme, Théorie des Trois Trésors et des Cinq Fluides, Chân Tâm Publisher, California.

1995 Triết Lý Đạo Cao Đài, Minh Thiện xuất bản, Canada.

3. Bài khảo cứu

2008 Des poids et des mesures dans les campagnes du Vietnam, École française d'Extrême-Orient, (Institut de Recherche sur le Sud-Est Asiatique, T.2, Paris*

1998 Le *Thờ Mẫu*, un chamanisme vietnamien? Anthropologie et Société, Université Laval, Québec *

1993 De quelques usages du sel dans la culture vietnamienne, Collection Grand Sud N° 4, Prince of Songkhla University, Thaïland

1990 Le caodaïsme, Fleur de lotus et feuille d'érable, La vie religieuse des Vietnamiens du Québec, Univertsité Laval, mars 1990*

1987 Les Vietnamiens à Québec et leurs problèmes d'intégration, Centre international de recherche sur le bilinguisme, publication B-164, Canada *.

1985 The survival of the Vietnamese language in Quebec, the Vietnam forum No.6, U.S.A. *

1974 Les marais salants de la province de Bạc Liêu, Société des Études indochinoises, T. XLIX.

1968 Les formations latéritiques à Bình Dương, Société des Études indochinoises, T. XLIII.

1962 Une agglomération de sampans habités à Saigon, C.O.M., T.XV, Bordeaux. *

* Đồng tác giả

* Đồng tác giả; 🤤 Bán trên Amazon

Nhân Ảnh
2025

Liên lạc tác giả
nguyenhuyquebec@yahoo.ca

Liên lạc Nhà xuất bản
han.le3359@gmail.com
(408) 722-5626

www.ingramcontent.com/pod-product-compliance
Lightning Source LLC
LaVergne TN
LVHW010924051026
849532LV00003B/837

* 9 7 9 8 3 4 9 2 2 6 5 6 4 *